प्लीज, युवर ऑनर...

आयकर कोर्टातील सुरस किस्से

ॲड. श्रीकृष्ण इनामदार

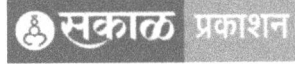

सकाळ प्रकाशन

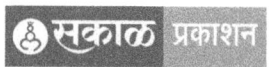

सकाळ प्रकाशन

प्लीज, युवर ऑनर... आयकर कोर्टातील सुरस किस्से

© ॲड. श्रीकृष्ण इनामदार, २०२३

Please, Your Honor... aykar courtatil suras kisse

© Advocate Shrikrishna Inamdar, 2023

प्रथम आवृत्ती	:	सप्टेंबर, २०२३
प्रकाशक	:	सकाळ मीडिया प्रा. लि. ५९५, बुधवार पेठ, पुणे-४११ ००२
मुखपृष्ठ	:	शुभ्रशंकर साधू
मांडणी	:	सकाळ प्रकाशन
मुद्रणस्थळ	:	विकास प्रिंटिंग ॲण्ड कॅरिअर्स प्रा. लि. प्लॉट नं. ३२, एमआयडीसी, सातपूर, नाशिक
ISBN	:	978-81-19311-35-4
संपर्क	:	०२०-२४४० ५६७८ / ८८८८८४९०५० sakalprakashan@esakal.com

Disclaimer :

Although the author has taken every effort to ensure that the information in this book was correct at the time of printing, the author and publisher do not assume and hereby disclaim any liability to any party, society for any loss, damage, or disruption caused by errors or omissions, whether such errors and omissions are caused due to negligence, accident, amendment in Act, Rules, Bye laws or any other cause. The views expressed in this book are those of the Authors and do not necessarily reflect the views of the Publishers.

गुरुवर्य गोपाळ लक्ष्मण पोफळे आणि
यशवंत पी. पंडित यांच्या पुण्यस्मृतीस कृतज्ञतापूर्वक
अभिवादन व सादर समर्पण...

प्रस्तावना

आयकर सल्लागार व वकील म्हणून मी पन्नासहून अधिक वर्षं व्यवसाय केला. या प्रवासात खूप लोक भेटले, ज्यांनी माझं आयुष्य अधिकच समृद्ध व शहाणं केलं. काहींच्या नुसत्या भेटी झाल्या - काहींशी गाठीही जुळल्या. या सर्वांकडून मी खूप काही शिकलो. 'आयुष्य कसं जगावं-आयुष्य कसं असावं,' हे दोन्हीही!

तसं आपण प्रत्येकाकडून काही ना काही शिकत असतोच. इंग्रजीत एक विचार आहे त्याचा अर्थ असा की, 'शिक्षण हे पाळण्यात सुरू होतं आणि थडग्यात संपतं!' माझं व्यावसायिक आयुष्य मुख्यतः 'इन्कम टॅक्स अपेलेट ट्रायब्युनल' (Income Tax Appellate Tribunal) व उच्च न्यायालय यांच्यापुढे करदात्यांची बाजू मांडण्यात गेलं. तिथल्या केसेस आणि न्यायाधीशांच्याही काही सुंदर आठवणी आहेत, ज्यांनी माझं आयुष्य श्रीमंत केलं.

या दोन्ही न्यायालयांची कार्यालयीन भाषा इंग्रजी असल्यामुळे या आठवणी मी प्रथम Taxing Truths-Memories of a Lucky Lawyer या नावाने लिहिल्या. त्याचा हा स्वैर अनुवाद आहे. यात आलेल्या कायद्याच्या किचकट भागाबद्दल व काही इंग्रजी शब्दांचा वापर केल्याबद्दल (जो टाळणे अशक्य होते.) मी वाचकांची आधीच क्षमा मागतो. त्याचं कारण मराठीचा अभिमान नाही किंवा प्रतिशब्द सापडले नाहीत हे नसून वाचकांना वाचताना खडे लागू नयेत, एवढीच इच्छा होती.

उदाहरणार्थ, आयकर अपिलीय प्राधिकरण असा शब्द वापरण्याऐवजी मी 'इन्कम टॅक्स अपेलेट ट्रायब्युनल किंवा 'ट्रायब्युनल' हा शब्द वापरला आहे. 'दावा' शब्द न वापरता अधिक सर्वस्पर्शी 'केस' हा शब्द वापरला आहे. वाचक समजून घेतील ही खात्री आहे.

- ॲड. श्रीकृष्ण इनामदार

मनोगत

तसं पाहिलं तर प्रकृती कारणास्तव सात-आठ वर्षांपूर्वीच कोर्टात उभे राहून केस चालवायची हे मी सोडून दिले आहे. परंतु सल्ला-मसलतीसाठी खूप लोक येत, मलाही बोलावत, त्यामुळे माझा वेळही छान जायचा – मेंदूला व्यायाम व्हायचा!

पण कोरोना सुरू झाला आणि रिकाम्या वेळेचं वरदान (?) पदरी पडलं! या वेळेचा उपयोग कसा करायचा हा प्रश्न पडला? मग जुन्या केसेस, जुन्या आठवणी, त्यानिमित्ताने जवळ आलेली माणसं, घटना (एखाद्या बोलपटाप्रमाणे) डोळ्यांसमोरून सरकू लागल्या... *स्वान्तः सुखाय!*, पुनः प्रत्यायाचा आनंद तर यामुळे घेता येईलच, पण अनेकाबद्दलचं ऋण व्यक्त करण्याची संधी मिळेल. काही आठवणी मनात घोंघावू लागल्या, पण त्यापेक्षाही त्या गुणगुणत राहिल्या...

ऐन उमेदीच्या, नवखेपणाच्या काळात आर्थिकदृष्ट्या तोटा असणाऱ्या केसेस देऊन गाढ विश्वास दाखवून पहिल्यांदा अमूल्य संधी देणारे वाय. पी. पंडित यांच्याबरोबरच छगनलाल मानधना, रमेश जांभेकर, शांतिलाल सोनी, श्री. पाटणकर, बाळासाहेब राठी, अशी सतत प्रोत्साहन देणारी माणसं भेटली. प्रगाढ मैत्री जोपासणारे हेमंत गोरे, विलास शाह, एस. पी. कृष्णमूर्ती, श्री. जी. कृष्णन यांच्यासारखे वरिष्ठ आयकर अधिकारी... असं खूप-खूप आठवायला लागलं. मला गुरुतुल्य असणारे गो. ल. पोफळे, शंतनुराव किर्लोस्कर, नवलमल फिरोदिया, डॉ. नीळकंठराव कल्याणी, प्रल्हाद छाब्रिया, डॉ. राठी यांच्यासारखे (सर्वच दृष्टीने माझ्यापेक्षा खूप मोठे असणारे!) यशस्वी उद्योजक व इतरांनीही आयुष्यात खूप प्रेम दिलं, आधार दिला, विश्वास दिला. त्यांनी प्रत्यक्षपणे मला काही शिकवलं नसेल, पण त्यांच्याकडून मला खूप शिकायला मिळालं.

कित्येक वर्षांचा माझा मित्र व हितचिंतक, साताऱ्यातील ज्येष्ठ सल्लागार आणि साहित्यिक अरुण गोडबोले यांनी हे लेखन पुस्तकरूपाने छापून आले पाहिजे, असा

आग्रह धरला. ह्याच प्रेमळ पण सक्रिय आग्रहामुळे व पाठपुराव्यामुळे हे शक्य झाले. दत्तप्रसाद दाभोळकर, साक्षेपी संपादक भानू काळे या व अशाच इतरांचीही अमूल्य मदत व उत्तेजन यासाठी मिळाले. त्यांचे ऋण केवळ आभार मानून भागणार नाहीत.

सकाळ माध्यम समूहाचे संस्थापक प्रतापराव पवार यांच्या मैत्रीपूर्ण शुभेच्छा आणि 'सकाळ प्रकाशन'चे आशुतोष रामगीर व अन्य संपादकीयमंडळ यांच्यामुळेच हे लिखाण तुमच्या समोर ठेवता आले.

या सगळ्यांनीच माझे आयुष्य कमालीचे श्रीमंत, संपन्न, समृद्ध आणि मुख्य म्हणजे समाधानी केलं. समाधानाचं आणखी एक कारण म्हणजे या प्रचंड संपदेवर, संपत्तीवर आयुष्यात अजिबात 'कर पडला नाही!' *कराग्रे वसते लक्ष्मी* हे माझ्याबाबतीत वेगळ्या अर्थाने खरं ठरलं! त्यामुळे आपणा सर्वांचे मनापासून धन्यवाद!

अनुक्रमणिका

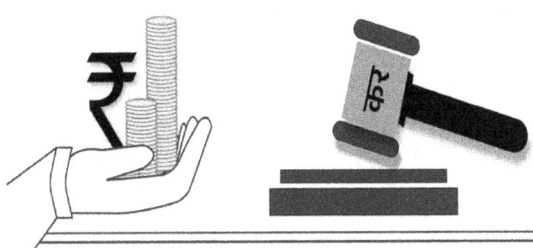

गुरुवर्य : गोपाळ लक्ष्मण पोफळे

गुरवः सन्ति बहवः शिष्य वित्तापहारकाः।
दुर्लभश्च गुरुर्लोके शिष्य चित्तापहारकाः।

(अर्थात, जगात शिष्यांच्या धनाचे अपहरण करणारे (शिष्यांकडून पैसे उकळणारे) गुरू खूप असतात. परंतु शिष्यांची मने हरण करणारे (मने जिंकून घेणारे) गुरू दुर्मीळ असतात.)

माझं हे आवडतं संस्कृत सुभाषित आहे. तसं आपण प्रत्येकाकडून काही ना काही शिकत असतोच! पण *तस्मै श्री गुरवे नमः* असे दोन्ही कर जोडून म्हणावे असे माझ्या आयुष्यातले गुरू दोनच! एक शंतनुराव किर्लोस्कर व दुसरे गोपाळ लक्ष्मण ऊर्फ भाऊसाहेब पोफळे. त्यांनी दिलेली शिकवण, संस्कार आणि अमूल्य विचार यांचा माझ्या जडणघडणीवर व आयुष्यावर कमालीचा परिणाम झाला. तो तसाच आयुष्यभर कायम राहिला! शंतनुरावांकडून मी भावनाविवश न होता तर्कशुद्ध विचार करण्याचा आणि आयुष्याकडे सकारात्मकतेने पाहण्याचा दृष्टिकोन शिकलो तर जडणघडणीच्या काळातच भाऊसाहेबांकडून वागण्यातली सचोटी व आयकर कायद्याचे मर्म शिकलो!

बीकॉम परीक्षेत पुणे विद्यापीठात मी प्रथम वर्गात पहिला आलो आणि सनदी (आयएएस) परीक्षेचा अभ्यास करण्यास सुरुवात केली. सुमारे तीन महिन्यांनी आयकर कायद्याचे ज्येष्ठ वकील असलेले माझ्या जवळच्या मित्राचे वडील वाय.पी. पंडित यांची

भेट झाली. "तुला वकील व्हायला आवडेल का? तुला आयकर कायद्याची प्रॅक्टिस करायची आहे का?" असे त्यांनी मला विचारले. तोपर्यंत आमच्या घरात आयकर हा शब्दही कोणी ऐकला नव्हता. माझं तोपर्यंतचं संपूर्ण शिक्षण शिष्यवृत्तीवरच झालं होतं. माझ्या वडिलांनी एक सेवाव्रत म्हणून अल्प वेतनावर शिक्षकी पेशा स्वीकारला असल्याने आर्थिक स्थिती बेताचीच होती. आणि अंशतः का होईना, आई-वडिलांचा सांभाळ करायची जबाबदारी माझ्यावरही होती. बी.कॉम.ला पहिला आल्यामुळे त्या काळातसुद्धा मला ४०० रुपये महिना अशी भरघोस शिष्यवृत्ती मिळाली होती. सनदी परीक्षेतून पुढे प्रशस्त होणारा मार्ग सोडून वकिलीसारख्या बेभरवशी व्यवसायात उतरायचे का? हा मोठा जिकिरीचा प्रश्न होता व त्याबद्दल मी खूपच साशंक होतो. परंतु नोकरी न करता स्वतंत्र व्यवसाय (Profession) करावा, अशी सुप्त इच्छा मनात कुठेतरी होतीच. काही जवळच्या नातेवाइकांच्या सल्ल्याने व विशेषतः पंडित यांनी (जे मला गुरुस्थानीच होते.) दिलेल्या 'पैशांची काळजी करू नकोस' या आश्वासनाने मी आयकर कायद्याचा अभ्यास करायला होकार दिला. सरकारी विधी महाविद्यालयात प्रवेश घेतला. सुदैवाने कायद्याच्या परीक्षेतही मला सुवर्णपदक मिळाले. शिक्षणाबरोबरच पंडित यांच्या ऑफिसमध्ये बसून मी आयकर कायद्याचा अभ्यास करू लागलो.

दरम्यान लगेचच पंडित यांनी त्यांच्या ऑफिसमध्ये असणाऱ्या गोपाळ लक्ष्मण पोफळे यांच्याशी माझी ओळख करून दिली. मी त्यांना इतरांप्रमाणे 'भाऊसाहेब' म्हणू लागलो. भाऊसाहेबांचा स्वभाव अतिशय शिस्तीचा (काहींच्या मते तापट व संतापी.) होता. ते नुकतेच आयकर अपिलीय प्राधिकरणामधून (Income Tax Appellate Tribunal) निवृत्त झाले होते. आता ते पंडितांच्या विनंतीवरून सल्लागार म्हणून त्यांच्या ऑफिसमध्ये बसू लागले आणि मला व पंडितांच्या मुलाला आयकर कायदा शिकवू लागले.

भाऊसाहेबांनी मला आयकर कायदा अगदी एखाद्या पंतोजीप्रमाणे शिकवला. शिवाय त्यांनी मला इंग्लंडमधल्या House of Lords & Privy Council या सर्वोच्च न्यायालयाने दिलेली साधारण शंभर निकालपत्रांची यादी अभ्यासायला सांगितली. ही सर्व निकालपत्रे आयकर कायद्याची मूलभूत तत्त्वे (Basic Principles) विशद करून सांगणारी होती. त्यामुळे आयकर कायदेविषयक अभ्यासाचा माझा पाया अगदी पक्का झाला, असं मला मनापासून वाटतं. त्याबद्दल मी भाऊसाहेबांचा शतशः ऋणी आहे.

या संबंधातील एक गोष्ट सांगण्यासारखी आहे. भारतीय आयकर कायद्याच्या कलम ६मध्ये 'रहिवासी पण सामान्यतः रहिवासी नाही.' (Resident, but not ordinarily resident.) अशी भल्याभल्यांना बुचकळ्यात टाकणारी गोष्ट आहे. ज्येष्ठ कायदेतज्ज्ञ

नानी पालखीवालांनी त्यांच्या पुस्तकात या संज्ञेचा A model of how not to draft a section (अर्थात, कायद्यातील कलमांचा मसुदा कसा असू नये, याचे हे आदर्श उदाहरण आहे.) असा उपहास केला आहे. परंतु भाऊसाहेबांनी मला ही तरतूद का आहे आणि तिचा हेतू काय होता, हे अगदी सविस्तरपणे समजावून सांगितलं होतं. त्यामुळे माझ्या मनात त्याच्या अर्थाबद्दल किंवा व्याप्तीबद्दल कुठलाही संदेह नव्हता!

नंतर सुमारे ५-६ वर्षांनी या संज्ञेवर युक्तिवाद करण्याचा प्रसंग माझ्यावर पुण्याच्या आयकर अपिलीय प्राधिकरणासमोर आला. मी मागचा पुढचा विचार न करता मला ज्ञात असलेला अर्थ त्यांच्यापुढे मांडला. त्या वेळी मी फारच तरुण होतो, पण मला एखाद्या ढुड्ढाचार्यासारखा बोलताना पाहून न्यायपीठाचे एक अत्यंत हुशार व अभ्यासू सदस्य, किशोर ठाकोर यांनी मला बरेच आडवे-तिडवे प्रश्न विचारले. पण मी माझ्या मतांवर ठाम होतो व हाच अर्थ बरोबर आहे, असे ठणकावून सांगत राहिलो.

दुसऱ्या दिवशी ठाकोरांनी मला त्यांच्या खोलीत बोलावलं आणि म्हणाले, "तुमच्याकडे तर पुरेसा अनुभवसुद्धा नाही. तरी मग तुम्ही एवढ्या ठामपणे कसं बोलत होता? आणि ही तरतूद का आली हे तुम्हाला काय माहीत?" त्यावर मी उत्तरलो, ''हे मला भाऊसाहेब पोफळे यांनी शिकवलं आहे.'' भाऊसाहेबांचे नाव ऐकताच ते उठून उभे राहिले. माझे हात हातात घेतले आणि घट्ट दाबून म्हणाले ''नशीबवान आहात! आम्ही निकाल तुमच्या बाजूने द्यायचं ठरवलं आहे!'' त्यानंतर माझे आणि ठाकोरसाहेबांचे शेवटपर्यंत अत्यंत जिव्हाळ्याचे संबंध राहिले.

आयकर खात्यातील सर्वांनाच भाऊसाहेबांबद्दल कमालीचा आदर वाटतो हे माझ्या लक्षात आलंच होतं, पण त्यापेक्षा त्यांच्या शिस्त आणि तापट स्वभावाबद्दलच मी अधिक ऐकलं होतं. एक-दोघा आयकर आयुक्तांनी मला विचारलंसुद्धा होतं की तुमचं पोफळेसाहेबांशी कसं काय जमतं बुवा? मला आठवतंय, त्यातल्या एकाला मी उत्तर दिलं होतं, ''कदाचित पोफळेसाहेबच माझ्याशी जमवून घेतात म्हणून असेल!''

व्यक्तिशः मला भाऊसाहेबांच्या तापटपणाचा कधीच त्रास झाला नाही. त्याबद्दलचे काही किस्से सुद्धा सांगण्यासारखे आहेत. पण विस्तारभयास्तव तो मोह आवरता घेतो. पण एक प्रसंग मात्र सांगितलाच पाहिजे.

भाऊसाहेबांना नेहमी सर्व कागदपत्रं मुळातून - म्हणजे मूळ दस्तऐवज पाहण्याची सवय होती. त्या वेळी झेरॉक्स फारसे प्रचलित नव्हते. ते म्हणायचे, 'माझा झेरॉक्सवर विश्वास नाही!' त्यामुळे मूळ कागदपत्रंच पाहण्याचा त्यांचा आग्रह असायचा.

येवल्याचे जवाहिऱ्याचे प्रसिद्ध व्यापारी त्रिभुवनदास वल्लभदास यांची एकत्र कुटुंबाच्या (हिंदू) विभागणी (Partition)बद्दलची एक केस भाऊसाहेब चालवत होते.

विभागणीचा मूळ दस्तऐवज पाहिजे म्हणून भाऊसाहेब हटून बसले होते. शेटजी (जे खूप मोठं प्रस्थ होतं.) काही केल्या ती द्यायला तयार नव्हते. त्यावर भाऊसाहेबांचं उत्तर होतं, ''ठीक आहे. मग तुमचे कागद घेऊन जा. तुमची केस मी चालवणार नाही.''

शेवटी शेटजींनी अत्यंत नाइलाजाने मूळ कागदपत्रं दिली. आणि नेमकं त्या केसच्या दिवशीच न्यायाधीश म्हणाले, "आम्हाला मूळ दस्तऐवज बघायचा आहे.'' भाऊसाहेबांनी तो लगेच काढून दाखवला. तो पाहिल्यावर व काळजीपूर्वक अभ्यासल्यावर न्यायाधीश म्हणाले, "आमचं पूर्ण समाधान झाले आहे व सर्व शंकाही दूर झाल्या आहेत. आम्ही निकाल तुमच्याबाजूने देत आहोत."

पण त्यानंतर न्यायाधीशांनी ती कागदपत्रं ठेवायला सांगितली, "ही मूळ कागदपत्रं आमच्याजवळ ठेवा व निकालपत्रानंतर घेऊन जा!'' आली का पंचाईत? मूळ कागदपत्रं ठेवायची हे एकून भाऊसाहेबांना धक्का बसला; पण न्यायाधीशांना एकदम नाही तरी कसं म्हणणार? भाऊसाहेबांनी न्यायाधीशांना बरंच समजावण्याचा प्रयत्न केला; पण ते काही ऐकेनात. शेवटी ते म्हणाले, "हे कागद तुम्ही उद्या दुपारी चार वाजता घेऊन जाऊ शकता!"सुदैवाने शेटजींचे बंधू कृष्णदास वल्लभदास केस ऐकायला हजर होते. त्यांनाही काही बोलता येईना.

दुसऱ्या दिवशी भाऊसाहेबांनी ती कागदपत्रं आणायला मला पाठवलं. आणि तीन-तीनदा बजावून सांगितलं, 'जपून आणा, वेंधळेपणा करू नका.' त्यामुळे दुसऱ्या दिवशी मी जीवापेक्षा अधिक जपत ती कागदपत्रं आणली.

तिसऱ्या दिवशी सकाळी ११ वाजताच कृष्णदासशेठ कागदपत्रं न्यायला हजर! भाऊसाहेबांनी मला केबिनमध्ये बोलावलं आणि म्हणाले, "आणलीत ना? द्या त्यांना!" मी पटकन त्यांच्या टेबलापाशी आलो आणि ड्रॉवरमध्ये हात घातला. कागदपत्रांचा पत्ता नाही. माझ्या पोटात धस्स झालं आणि मी भीतीने अर्धमेला झालो. आता डोळे भरून यायचेच बाकी होते. कृष्णदासशेठ अतिशय संतापलेले तर दिसत होते; पण ते भाऊसाहेबांसमोर काही बोलू शकत नव्हते.

परिस्थितीचा अंदाज घेत भाऊसाहेब म्हणाले, "मी कागदपत्रं ड्रॉवरमध्येच ठेवली होती. माझ्या हातून 'मिसप्लेस' झाली असणार. सापडली की लगेच फोन करतो. इथून कागदपत्रं कुठेही बाहेर जाणं शक्य नाही. इथंच असतील. कृष्णदासशेठ चडफडत बाहेर पडले. नंतर शिपायाने सांगितलं की, 'ते खाली कुणाशीतरी तावातावाने बोलत आहेत.'

मला वाटलं, भाऊसाहेब आता मला रागावणार, माझ्यावर संतापणार! पण माझी चूक किंवा गलथानपणा त्यांनी स्वत:वर घेतला होता. त्यामुळे मला सारखं वाटत होतं की, या माणसाच्या पायावर डोकं ठेवावं आणि मन मोकळं होईपर्यंत रडावं.

कृष्णदासशेठ बाहेर पडताक्षणी भाऊसाहेब मला म्हणाले, "मी तुम्हाला विचारलं तेव्हा लगेच तुमचा हात ड्रॉवरमध्ये गेला. नीट पाहिलंत का? परत एकदा पाहा.''

मी परत पाहिलं पण कागदपत्रं काही दिसली नाहीत. तेवढ्यात भाऊसाहेब म्हणाले, "पूर्ण ड्रॉवर बाहेर काढा.'' मी ड्रॉवर बाहेर काढायचा प्रयत्न केला पण तो काही निघेना. आत डोकावून पाहिलं तर कागदपत्रं असलेला लखोटा वरच्या भागात अडकून बसला होता आणि त्यामुळे ड्रॉवर निघत नव्हता. माझा जीव एकदाचा 'ड्रॉवर'मध्ये पडला.

भाऊसाहेबांनी लगेचच शिपायाला खाली पाठवलं आणि 'कृष्णदासशेठ असले तर त्यांना वर घेऊन या,' असं सांगितलं.

शिपाई पाचच मिनिटांत त्यांना घेऊन वर आला. भाऊसाहेबांनी काहीही न बोलता मूळ कागदपत्रं त्यांच्या हवाली केली.

ते गेल्यावर आपली चांगलीच खरडपट्टी होणार असे मला वाटत होते. भाऊसाहेब करड्या आवाजात म्हणाले, "पुन्हा असा गलथानपणा चालणार नाही, काळजी घेत जा.''

त्यानंतर भाऊसाहेबांनी पुन्हा कधी हा विषयसुद्धा काढला नाही. माझी खात्री झाली, या खडकाळ दिसणाऱ्या, कठीण वाटणाऱ्या माणसाच्या आत चांगुलपणाचा मोठा झरा वाहतो आहे.

आम्ही शिकत असताना भाऊसाहेबांचे Quarter Century of Direct Taxation in India या पुस्तकाचे लेखन सुरू होते. एलएलबीच्या परीक्षेत जेव्हा मला सुवर्णपदक मिळालं, तेव्हा भाऊसाहेबांनी त्या पुस्तकाची एक प्रत मला सही करून भेट दिली. तो अनमोल ठेवा मी आजही सुवर्णपदकासारखाच जपून ठेवला आहे. ते पुस्तक म्हणजे माझ्यासाठी 'गीता-कुराण-बायबल' सगळं काही आहे.

आणखी एक आठवण आहे, भाऊसाहेबांच्या गुणग्राहकतेबद्दल. मुंबईतील एका प्रख्यात उद्योगसमूहाला पूर्णवेळ आयकर सल्लागाराची गरज होती. त्यासाठी भाऊसाहेबांनी त्यांना माझं नाव सुचवल्याचं, त्यांनी मला सांगितलं. लठ्ठ पगार, राहायला प्रशस्त जागा व गाडी असा भरघोस आर्थिक मोबदला मिळणार होता. त्या वेळच्या माझ्या आर्थिक परिस्थितीचा विचार केला तर मोह व्हावा, असाच हा प्रस्ताव होता. मी म्हटलं, 'विचार करून सांगतो.' खूप विचार केला. बायकोशी सल्लामसलत केली (मुलगा कौशल खूपच लहान होता.).

दुसऱ्या दिवशी काहीसं दबकतच भाऊसाहेबांना म्हटलं, "मला नाही वाटत मी हा प्रस्ताव स्वीकारू शकेन. कारण ही एक प्रकारची नोकरीच होईल. नोकरीच करायची असती तर मग मी आय.ए.एस. पूर्ण केलं असतं." मात्र भाऊसाहेबांची काय प्रतिक्रिया

येईल ही धास्ती मनात होतीच. भाऊसाहेबांच्या कमालीच्या करड्या चेहऱ्यावर स्मित उमटल्याचा भास मला झाला आणि ते फक्त एवढंच म्हणाले, "मला तुमच्याकडून हीच अपेक्षा होती.''

भाऊसाहेब आयुष्यभर हिंदू कॉलनीत तळमजल्यावरच्या एका भाड्याच्या घरात राहिले. काही कारणांनी त्यांना ती जागा सोडावी लागली व योग्य अशा नव्या जागेसाठी शोधाशोध सुरू झाली. कौटुंबिक कारणांमुळे भाऊसाहेबांना तळमजल्यावरच जागा हवी होती. त्या वेळी मुंबईत पागडीशिवाय मनपसंत जागा मिळणे जवळ-जवळ अशक्य होतं. त्या वेळी पागडी घेणे बेकायदेशीर होतंच! शिवाय ती रोख रकमेत पावतीशिवाय द्यावी लागत होती. *भरावे परी किती रुपये उरावे?* हे तत्त्व अंगीकारणाऱ्या नव्या जगातसुद्धा भाऊसाहेब पूर्ण प्रामाणिकपणे व सचोटीने जगले होते. त्यांना हे मान्य होणे कदापि शक्य नव्हतं (शेवटी त्यांनी पार्ले येथे पहिल्या मजल्यावर जागा घेतली.).

त्या वेळी मला प्रकर्षाने वाटायचं की, कुटुंबाच्या विशेषतः मुलीच्या हितासाठी (जिला पोलिओचा आजार होता.)भाऊसाहेबांनी तत्त्वाचा आग्रह सोडावा. काही वेळा तर मला त्यांच्या तत्त्वनिष्ठेच्या आग्रहाचा राग यायचा.

आता वाटतं, मला भाऊसाहेब पूर्ण कळले नाहीत की त्यांना समजून घेण्यात मी कमी पडलो? 'गारद्यांशी तडजोड करणारे रामशास्त्री' किंवा 'गारद्यांच्या गर्दीत सामील होणारे रामशास्त्री' अशा युगात राहूनसुद्धा भाऊसाहेबांनी अनिती, अप्रामाणिकपणा, खोटेपणा याबाबत कधीही तडजोड केली नाही. 'न्यायनिष्ठुर'या शब्दामध्ये 'निष्ठुर'हा शब्द का व कसा आला, ते मला भाऊसाहेबांकडे बघून कळाले. वागणं निष्ठुर वाटलं तरी न्यायाची कास त्यांनी कधीही सोडली नाही. कदाचित न्याय कशाला म्हणावे, याची प्रत्येकाची कल्पना वेगळी असू शकेल.

मला मात्र नेहमी वाटतं, माझ्या आयुष्यात भाऊसाहेबांची भेट होणं त्यांच्याशी ओळख होणं, त्यांचं मार्गदर्शन मिळणं म्हणजे पुंडलिका भेटी, परब्रह्म आले गा या अनुभवापेक्षा वेगळं काही नव्हतं. त्यांचं माझ्यावरचं ऋण अपरंपार आहे.

कान्होपात्रा म्हणाली होती, *जन्मांतरीचं सुकृत आजि फळासी आले* तीच माझी भावना आहे. भाऊसाहेबांना विनम्र वंदन करताना मी एवढंच म्हणतो, *आधी वंदू तुज शिक्षका!*

□□

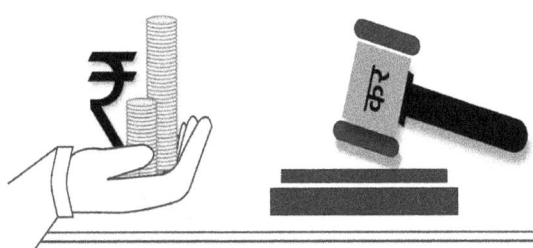

माझ्या आवडत्या गायकाची गोष्ट

माझ्या आठवणींतल्या कायम लक्षात राहणाऱ्या केसमधील पहिली केस म्हणजे किशोर कुमार या प्रख्यात आणि माझ्या अत्यंत आवडत्या गायकाची केस! खरं तर ही कोर्टातली केस नव्हती. कालिदास बटबयाळ या चित्रपट निर्मात्याची एक केस मी चालवली होती (कालिदास हे त्या वेळचे लोकप्रिय नट प्रदीप कुमार यांचे मेहुणे होते.) त्यांनी *'हाफ टिकीट'* नावाचा चित्रपट काढला होता, ज्यात किशोर कुमार व मधुबाला यांच्या भूमिका होत्या. कालिदास यांनी त्या वेळच्या पद्धतीप्रमाणे बऱ्याच हुंडीवाल्यांकडून कर्जे घेतली होती. मात्र याबाबतचा कुठलाही पुरावा त्यांच्याकडे नव्हता. त्यामुळे या व्यवहारात काळा पैसा वापरला जातो, असं आयकर (इन्कम टॅक्स) खात्याला वाटत होतं. त्या खात्याने या सर्व हुंडीवाल्यांना नोटीस पाठवली, परंतु त्यातल्या बऱ्याच जणांनी या नोटिशांना उत्तरच दिलं नाही. कारण दिलेल्या पत्त्यावर ते सापडलेच नाहीत आणि त्यामुळे या नोटिसा त्यांच्यापर्यंत पोहोचल्याच नाहीत.

त्यामुळे इन्कम टॅक्स खात्याचं असं मत झालं की, ही सर्व कर्जं बोगस आहेत. दुर्दैवाने दिलेल्या हुंडी आणि मिळालेल्या नोटिसा यांच्यात बराच काळ गेल्यामुळे कालिदास यांच्याकडे त्यासंदर्भातले ठोस पुरावे नव्हते. त्यामुळे अशी रक्कम बेहिशोबी आहे असं मानून व त्यांचं लपवलेलं उत्पन्न असे धरून त्यावर कर व दंड आकारायचा प्रयत्न इन्कम टॅक्स विभागाने केला. आता ही केस चालवण्यासाठी माझ्याकडे आली. कालिदास यांच्यावर इन्कम टॅक्स खात्याने धाड टाकून सर्व कागदपत्रं व हिशोबाची पुस्तकं जप्त

किशोर कुमार

केली व त्यांच्याकडेच ठेवली होती. अशा परिस्थितीत ही केस चालवायची कशी आणि ट्रायब्युनलपुढे मांडायची कशी? हा माझ्यापुढचा यक्षप्रश्न होता. पण सुदैवाने कागदपत्रांच्या काही झेरॉक्स प्रती होत्या, ज्या अधिकाऱ्यानेच पुरावा म्हणून दिल्या होत्या. त्या वेळी झेरॉक्स मशीन हे नुकतंच नवीन आलं होतं.

माझ्या असं लक्षात आलं की, हिशोबाच्या वह्या या अत्यंत सुवाच्च अक्षरांत लिहिल्या होत्या. त्यात एकही खाडाखोड नव्हती किंवा काही नंतर घुसडल्याची एकही खूण नव्हती. मी कालिदासना विचारलं तेव्हा त्यांनी मला सांगितले की, त्या वेळचा त्यांच्याकडचा एक हिशोबनीस अत्यंत व्यवस्थित व प्रामाणिक होता आणि त्याचं अक्षर अतिशय सुबक आणि सुंदर होतं. आणि त्यांनीच या सर्व नोंदी केल्या होत्या. मी आवश्यकतेप्रमाणे पैसे भरून इन्कम टॅक्स खात्याकडे कागदपत्रं पाहण्याची परवानगी मागितली. (तशी तरतूद कायद्यामध्ये आहे.) ती हिशोबाची पुस्तकं बारकाईने पाहिल्यानंतर यात कुठलाही गैरव्यवहार नाही, अशी माझी खात्री झाली आणि ट्रायब्युनल पुढे केस कशी मांडायची याची रूपरेषा मनात तयार झाली.

ट्रायब्युनल पुढे मी असं म्हणणं मांडलं की, 'जर हिशोबाची पुस्तके नियमितपणे व वेळच्या वेळी लिहिली असतील व त्यात वावगं असं काहीही सापडलं नसेल, तर त्यातील नोंदीचा व त्याच्या सत्यतेचा तोच पुरावा असतो. तो पुरावा जर नाकारायचा असेल तर त्याविरुद्धचा ठोस पुरावा पाहिजे.' मी सर्वोच्च न्यायालयाच्या मेहता-पारीख अँड कंपनीच्या निर्णयाकडे कोर्टाचं लक्ष वेधलं.

मी म्हणालो की, 'हा व्यवहार ४-५ वर्षांपूर्वी झालेला आहे व कर्जाचीही परतफेड झाल्याची नोंद आहे. ४-५ वर्षांनंतर जर काही हुंडीवाले दिलेल्या पत्त्यावर सापडले नाहीत, तर त्याचा दोष करदात्याला कसा देता येईल? सामान्य करदात्याकडे असा शोध घेण्याचा कुठलाही अधिकार किंवा यंत्रणा नसते. पण केवळ काही कर्ज देणारे त्या पत्त्यावर ४-५ वर्षांनी आढळले नाहीत, यावरून तो गैरव्यवहार आहे असा निष्कर्ष काढता येणार नाही.' मी ट्रायब्युनलला अशी विनंती केली की, त्यांनी स्वतः ती हिशोबाची पुस्तकं मागवून तपासून बघावीत. सुदैवाने इन्कम टॅक्सचं ऑफिस

शेजारच्या इमारतीतच होतं. त्यांनी माझी विनंती मान्य केली व केसची सुनावणी दोन तासांनंतर घेतली जाईल असं जाहीर केले. मी हेही सांगितले की, एकाही हुंडीवाल्याने कालिदास यांना दिलेली कर्जं बोगस होती किंवा खरी नव्हती, असं स्पष्ट म्हटलेलं नाही.

मी सुप्रीम कोर्टाची चुगामल राजपाल विरुद्ध ए.पी.चलिहा ही केस दाखवली. त्यानंतर सुमारे दीड तासांनी केस जेव्हा पुन्हा सुनावणीसाठी घेतली गेली, तेव्हा ट्रायब्युनलने थेट इन्कम टॅक्स खात्याच्या वकिलालाच विचारले, "आम्ही हिशोबाची पुस्तकं काळजीपूर्वक तपासली आहेत आणि आम्हाला इनामदारांचं म्हणणं पटलं आहे. सर्वोच्च न्यायालयाच्या निर्णयानुसार हा पुरावा मान्य करण्यात आम्हाला काहीच हरकत दिसत नाही. अर्थात तुमच्याकडे जर याविरुद्धचा हे खोडून काढणारा काही ठोस पुरावा असेल तर तुम्ही तो सादर करू शकता." त्याला इन्कम टॅक्स खात्याचा वकील (ज्याला 'डिपार्टमेंटल रिप्रेझेंटेटिव्ह' असं म्हटलं जातं.) बिचारा गोंधळून गेला. त्याला बिचाऱ्याला काय घडतंय तेच कळेना! त्यांनी कसंबसं उत्तर दिलं, 'नाही! यावर मला आणखी काही बोलायचं नाही!'

निकाल जरी माझ्या बाजूने लागला, तरी त्यातून काही वेगळीच समस्या उभी राहील याची मला सुतराम कल्पना नव्हती. ट्रायब्युनलच्या आदेशात एक वाक्य होतं. 'आम्ही हिशोबाची पुस्तकं व इतर पुरावे बारकाईने पाहिल्यानंतर त्यातील सर्व नोंदी खऱ्या आहेत व त्या-त्या वेळीच केल्या आहेत, याची खात्री बाळगण्यात काहीच प्रत्यवाय दिसत नाही.'आयकर कायद्यानुसार कुठल्याही गोष्टींचं जी फॅक्ट आहे — इथे फॅक्ट म्हणजे एखाद्या घडलेल्या गोष्टीबद्दल किंवा घटनेबद्दलचं सरळ सत्य, त्याचं इन्टरप्रिटेशन नाही, तर ट्रायब्युनलने मत दिलं असेल ते सर्वांवर — उच्च व सर्वोच्च न्यायालयावरसुद्धा बंधनकारक असते. 'हाफ टिकीट' या चित्रपटासाठी किशोरकुमारला जे मानधन देण्यात आलं होतं त्याची जी रक्कम कालिदास यांच्या पुस्तकात नोंदली होती, त्यापेक्षा आयकर विवरणपत्रात किशोर कुमार यांनी कमी रक्कम दाखवली होती! पुढे मला असं कळलं की, वरील परिच्छेद उद्धृत केल्यामुळे माझा लाडका गायक किशोर कुमारला तीन महिन्यांचा कारावास भोगावा लागला होता (हे ऐकीव आहे, मी त्याची शहानिशा स्वतः केलेली नाही.).

माझ्या अत्यंत आवडत्या गायकाला अप्रत्यक्षपणे का होईना, त्रास सोसावा लागला ही गोष्ट मनाला लागून राहिली आणि ते शल्य कायम मनात राहिलं. पुढे 'आराधना' चित्रपट व राजेश खन्नाचं आगमन यामुळे किशोर कुमारचं आयुष्य बदलून गेलं. तो अत्यंत यशस्वी गायक म्हणून हिन्दी चित्रपटसृष्टीत नावाजला गेला.

त्यानंतर काही वर्षांनी मला कृष्णमूर्ती यांचा फोन आला. एस.पी. कृष्णमूर्ती हे

माझे मित्र व अत्यंत कुशल अधिकारी त्या वेळी मुंबईमध्ये आयुक्त (चित्रपट मंडळ - फिल्म सर्कल) या पदावर होते. ते म्हणाले, "इनामदार, माझ्यापुढे एक प्रश्न उपस्थित झाला आहे. तुला थोडा वेळ येऊन जाता येईल का? मी अर्थात 'हो' म्हटलं आणि दुपारीच त्यांना भेटायला गेलो. त्या वेळी त्यांनी मला किशोरकुमारच्या पत्नीच्या घरावर पडलेल्या धाडीबद्दल सांगितले. किशोर कुमारच्या चौथ्या पत्नीच्या (त्याने एकूण चार लग्न केली!) गावी असलेल्या घरावर आयकर खात्याची धाड पडली व तिच्या घरी बरीच मोठी रोख रक्कम सापडली. आयकर खात्याचं म्हणणं होतं की, ती स्वतः नटी असली, तरी ती काही एवढी यशस्वी नटी नव्हती. त्यामुळे ही रक्कम किशोर कुमारचंच बेहिशोबी उत्पन्न असले पाहिजे. ते म्हणाले, 'माझ्या पूर्वी इथे असलेल्या आयुक्तांनी किशोरकुमारला सल्ला दिला की तुम्ही एक अर्ज करा व ही रक्कम एका वर्षाचे उत्पन्न नाही तर गेल्या काही वर्षांचे आहे, असे म्हणून विभागून दाखवा. मी त्यावरचा दंड माफ करीन व त्यामुळे खटला चालवण्याचाही प्रश्न उरणार नाही.'

किशोर कुमारची संपूर्ण टॅक्स भरण्याची तयारी होती व त्याने तसा अर्ज दाखल केला. पण कृष्णमूर्तीसाहेब पुढे म्हणाले की, यात एक अडचण आहे! केंद्रीय प्रत्यक्ष कर मंडळाचा (सीबीडीटी) एक आदेश आहे. त्यानुसार अशा केसमध्ये फक्त एकाच वर्षाकरताच दंड माफ करता येईल. म्हणजे आयकर आयुक्तांच्या सल्ल्याप्रमाणे वागूनसुद्धा किशोर कुमारला बराच दंड भरावा लागणार आहे व शिक्षेची टांगती तलवार कायम राहणार आहे. मला हे अन्यायकारक वाटतं आणि माझी त्याला मदत करायची इच्छा आहे. या संदर्भात तुला काही सुचतंय का बघ!

त्यांनी ती गोपनीय फाइल माझ्या हातात दिली आणि सांगितलं की, ही वाच आणि उद्या परत कर.

मी ती फाइल ऑफिसमध्ये उशिरापर्यंत बसून वाचली आणि मला उत्तर सापडलं! दुसऱ्या दिवशी मी ताबडतोब कृष्णमूर्तीसाहेबांकडे गेलो व त्यांना सांगितलं एक उपाय आहे! ते सावरून बसले. मी म्हणालो, "आधीच्या वर्षांमध्ये टॅक्सचा कमाल दर ७७ टक्के होता. ज्या वर्षी धाड पडली व पैसे सापडले. त्या वर्षी तो दर ६६ टक्के झाला आहे. तुम्ही जर किशोर कुमारला आत्ताचा अर्ज परत घ्यायला सांगून सर्व रक्कम एकाच वर्षीचं उत्पन्न म्हणून दाखवली तर ११ टक्के कर पण वाचेल आणि सीबीडीटीच्या आदेशांचंही पालन करता येईल." याच्या पुष्ट्यर्थ मी त्यांना आयकर कायद्यातलं कलम-६९ दाखवलं, जे ०१.०४.१९६४ पासून अमलात आलं होतं. या कलमानुसार जर एखाद्याकडे रोख रक्कम सापडली व ती नेमकी कशी व केव्हा मिळवली, ते सांगता

येत नसेल, तर ती रक्कम ज्या वर्षात सापडली त्या वर्षीचं उत्पन्न म्हणून धरावी, असं नमूद केलं होतं.

कृष्णमूर्तीसाहेब खूपच आनंदित झाले. सुमारे १५ दिवसांनी त्यांचा फोन आला. “इनामदार, किशोर कुमारचं काम झालं. मी कालच संपूर्ण दंडमाफीची ऑर्डर काढली आहे व अधिकचा भरलेला कर परतही केला आहे. मदतीबद्दल मन:पूर्वक धन्यवाद!” मलाही खूप आनंद झाला व थोडेतरी दोषमुक्त झाल्यासारखं वाटलं! परंतु या सर्वांतील गमतीची गोष्ट म्हणजे मी जे काही योगदान दिलं ते माझ्या अत्यंत आवडत्या गायकाला कळलं तरी असेल का, हे मात्र माझ्यासाठी कायम अज्ञातच राहिलं!

❐❐

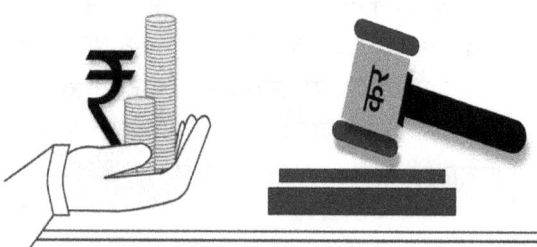

अनभिज्ञ अभिनेत्री

सुमारे चाळीस वर्षांपूर्वी मी, त्या काळी खूप लोकप्रिय असलेल्या एका अभिनेत्रीची केस चालवली होती. तिने तिची बरीच मोठी पुंजी तिच्या गुंतवणूक सल्लागाराच्या हवाली केली. दोघांमध्ये व्यवस्थित करार झाला होता. त्यात असं म्हटलं होतं की, या रकमेची फायदेशीर गुंतवणूक त्याने करावी, ज्यायोगे तिला कमीत कमी १२ टक्के परतावा दरवर्षी मिळावा.

सल्लागाराने त्यांपैकी खूप मोठी रक्कम शेअर बाजारात गुंतवली व डे-ट्रेडिंग पद्धतीने व्यवहार केले. सकाळी शेअर घेतले की दुपारी किंवा दुसऱ्या दिवशी ते विकायचे. हा सल्लागार खूपच जाणकार व हुशार होता. त्यामुळे या व्यवहारात त्याने चांगला नफा मिळवला व त्या अभिनेत्रीला अपेक्षित परतावा (काही वेळी अधिकच!) सहजपणे मिळाला.

आयकर अधिकाऱ्याने अभिनेत्रीच्या करनिर्धारणाच्या वेळी सर्व आर्थिक व्यवहारांचा तपशील मागवला. तो पाहून त्याचं असं मत झालं की, ही गुंतवणूक नसून पद्धतशीरपणे केलेला 'बिझनेस' आहे. त्यामुळे मिळालेले उत्पन्न हे गुंतवणुकीवरचा परतावा नसून व्यवसायात झालेला नफा आहे. दोन्ही प्रकारचे उत्पन्न निर्धारित करण्याचे नियम वेगवेगळे असल्याने (त्यातही 'स्पेक्युलेशन बिझनेस' ही संकल्पना गुंतागुंतीची होती.) नफा वेगळ्या पद्धतीने काढला पाहिजे. त्याचा मुद्दा असा होता की, गुंतवणूक सल्लागार हा त्या अभिनेत्रीचा केवळ प्रतिनिधी होता. आणि कायद्याप्रमाणे जे-जे

एखादा अधिकृत प्रतिनिधी करतो ते-ते प्रतिनिधी नेमणाऱ्याच्या वतीने व त्याच्यासाठीच करतो. त्यामुळे ते सर्व गुंतवणूकदारानेच केले आहे असे समजून व ते त्याचेच उत्पन्न आहे असे धरून करआकारणी केली गेली पाहिजे. त्यामुळे खूप मोठ्या प्रमाणात कर आकारला गेला होता.

मी जेव्हा केसची तयारी करायला सुरुवात केली तेव्हा मला असं वाटलं की प्रतिनिधित्व कायदा (लॉ ऑफ एजन्सी) नीट अभ्यासला पाहिजे. ही अभिनेत्री गुंतवणूकदार व तिचा प्रतिनिधी यांमधील करार बारकाईने वाचला तेव्हा त्यातील दोन महत्त्वपूर्ण कलमं माझ्या लक्षात आली – ज्यानुसार गुंतवणूक कुठे, कधी, कशी करायची याबाबतीतले तसेच त्याच्या विक्रीसंदर्भातले सर्व अधिकार व निर्णय हे त्या आर्थिक सल्लागाराचे असतील. संबंधित गुंतवणूकदार त्यात कुठल्याही प्रकारचा हस्तक्षेप करणार नाही. या व्यवहारातल्या खरेदी-विक्रीच्या रकमा या मोठ्या असल्यामुळे हा एक व्यवसाय आहे व यावरील मोठा कर भरावा लागेल असे गृहीत धरले गेले. 'इंडियन कॉन्ट्रॅक्ट ॲक्ट-१८७२च्या प्रकरण Xमध्ये या संदर्भातील तरतुदी आहेत.

त्या व न्यायालयाचे त्यासंबंधीचे निर्णय अभ्यासल्यावर माझे असे मत झाले की, मुख्य व्यक्तीला (प्रिन्सिपल) त्याच्या नियुक्त प्रतिनिधीला फक्त काय करायचं हे सांगून पुरे होत नाही तर ते काम कसे करायचे हेही सांगण्याचा अधिकार त्याच्याकडे। असतो, तेव्हाच तो नियुक्त प्रतिनिधी (एजन्ट) मानला जाऊ शकतो (Dhrangadhra chemical works vs state of Saurashtra 57 SCR 8 d CIT V Man Mohandas 59 ITR 699 SC). यासाठी जो निकष लावला जातो त्यात कामाचं स्वरूप ठरवणं, नेमणूकदाराचे त्यावर पुरेसं नियंत्रण कंट्रोल व देखरेख असणं आवश्यक आहे. तरच प्रतिनिधीचं कार्य नेमणूकदाराने केलं आहे असं मानता येईल.

उदाहरणार्थ, एखाद्याने वकील नेमला तर तो त्याचा प्रतिनिधी असतो, पण वकिलाला तो कशी केस मांडा वगैरे सांगू शकत नाही. तो स्वतंत्र व्यावसायिक असतो. फारतर थोड्या वेळासाठी नेमलेला कर्मचारीसुद्धा असतो.

मी ट्रायब्युनलसमोर ठामपणे म्हणणं मांडलं की, आयकर अधिकाऱ्याने प्रतिनिधित्वाची तत्त्वं पूर्णपणे चुकीच्या पद्धतीने मांडली किंवा त्याला ती तशी वाटत आहेत. त्यामुळे ही केस अत्यंत चुकीच्या पायावर उभी आहे. मग मी वरील तत्त्वे, कायद्याच्या तरतुदी, न्यायालयाचे निर्णय ट्रायब्युनलसमोर तपशीलवार मांडले. इंग्रजीतील प्रसिद्ध पुस्तक Anson's Law of Contract मधील उतारे वाचून दाखवले. तसेच गुंतवणूकदार व गुंतवणूक सल्लागार यांच्यातील कराराचा मसुदा रोखे-बाजारावर नियंत्रण ठेवणारी सर्वोच्च संस्था 'सेबी' यांनी संमत केला आहे, हेही ट्रायब्युनलच्या

निदर्शनास आणले. करारातील दोन कलमंही त्यांच्या निदर्शनाला आणली, ज्यायोगे करार हा गुंतवणूकदार व गुंतवणूक सल्लागार (एजन्ट)मध्ये नसून गुंतवणूकदार हाच सल्लागार (Principal to Principal) असल्याचे प्रतिपादन केले.

केसचा निकाल माझ्या बाजूने लागला हे सांगायला नकोच! काही दिवसांनी मला त्या अभिनेत्रीचाच फोन आला. त्या म्हणाल्या, "इनामदार सर, मी तुमची खरंच खूप आभारी आहे. माझ्या मनावरचं मोठं ओझं कमी झालं. पण मला एक सांगा, ही केस आता हायकोर्टात जाईल का? म्हणजे आणखी १०-१२ वर्षे आणि अनिश्चितता!"

मी म्हणालो, "मॅडम, आपण ही केस जिंकली ती फॅक्टवरच आणि ते हायकोर्ट व सुप्रीम कोर्टावरही बंधनकारक असतं. त्यामुळे मला नाही वाटत, केस हायकोर्टात जाईल. आणि गेलीच तर मी काळजी घेईन.

डिपार्टमेंट हायकोर्टात गेलेच नाही. फोन ठेवताना मी त्यांना म्हटलं, "मॅडम तुमचा मोठा चाहता आहे आणि हे माझं भाग्य आहे!"

त्या गोड हसून म्हणाल्या, "असं? *थँक्यू सो मच!*"

त्या रात्री मला खूप छान झोप लागली!

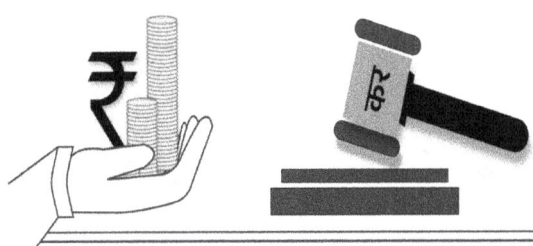

तरलेला तस्कर

एका शनिवारी सकाळी मी ऑफिसमध्ये बसलो असता मला एका जवळच्या मित्राचा फोन आला. तो म्हणाला, "मी ट्राब्युनलची एक केस तुझ्याकडे पाठवतो आहे. कृपया, नाही म्हणू नकोस!"

मी आश्चर्याने विचारले, "अरे, मी नाही का म्हणेल? माझ्या पोटापाण्याचा व्यवसाय आहे तो!" तो म्हणाला, "एक तर केस या सोमवारी आहे."

'मग मला तारीख घ्यावी लागेल.'

'ते तू काहीही कर, पण नाही म्हणू नकोस.' या त्याच्या बोलण्याचा मला अर्थच लागेना.

अर्ध्या तासात एक जण ऑफिसमध्ये आला आणि म्हणाला, "मी फाइल घेऊन आलो आहे." मी त्याला बसायला सांगितलं आणि फाइल उघडली. पहिल्याच पानावर मला दोन जबरदस्त धक्के बसले. पहिल्याच पानावर एक पत्र होतं - हा करदाता (असेसी - Assessee) आमच्या पुढे येण्यास टाळाटाळ करीत आहे, असं आमचं मत आहे; कारण या ना त्या कारणाने त्याने आजपर्यंत फक्त तारखा मागितल्या आहेत. यापुढे तारीख मिळणार नाही. केस सोमवार दि. .....रोजी ठेवत आहोत. त्या दिवशीही असेसी हजर न राहिल्यास केसच्या मेरिट्स वर निकाल दिला जाईल!

दुसरा धक्का बसला तो करदात्याचं नाव वाचून ते होतं, हाजी मस्तान मिर्झा! माझ्या लक्षात आलं की माझ्यासमोर बसलेला तो माणूस डोळ्याच्या कोपऱ्यातून माझी

प्रतिक्रिया निरखत होता. मी चेहरा शक्य तितका निर्विकार राखत फाइल वाचायला सुरू केली. असेसमेंट ऑर्डर जवळ-जवळ ३० पानांची होती. पण त्यातील २७ पाने ही हाजी मस्तानची गुन्हेगारी पार्श्वभूमी, त्याने केलेले गुन्हे, गोदी कामगाराचा तस्कर कसा झाला याचंच वर्णन करणारी होती. ते वर्णनही पूर्वग्रहाने केलेलं होतं! त्यांना या केससंदर्भात त्याच्या गुन्हेगारी पार्श्वभूमीशी काही देणं-घेणं नव्हतं. मात्र त्याने जयप्रकाश नारायण यांच्यासमोर पत्करलेली शरणागती, कुठल्याही गुन्हेगारी कृत्यात सहभागी न होण्याची दिलेली कबुली यांचा कुठेही उल्लेख नव्हता.

आयकर कायद्याच्या दृष्टीने महत्त्वाच्या दोनच गोष्टी होत्या. आयकर खात्याने हाजी अलीला जो पेट्रोल पंप आहे, तेथील अटेंडंटचा जबाब नोंदवला होता. त्याने शपथेवर सांगितलं होतं की, एक गाडी दर चार दिवसांनी पेट्रोल भरायला यायची व टाकी फूल करून जायची. त्याच्या महितीनुसार ही गाडी हाजी मस्तान मिर्झा यांचीच होती. हाजी मस्तान तिथून अगदी जवळच 'बैतुल' नावाच्या बंगल्यात राहत होता. इतका मोठा खर्च हाजी मस्तानच्या खतावणीत कुठेच नोंदवला नव्हता. आयकर अधिकाऱ्याने त्यामुळे असा निष्कर्ष काढला की हा खर्च लपवलेल्या उत्पन्नातून केला असणार. अशाच कारणांनी आणखी दोन मोठ्या रकमा हाजी मस्तानचं लपवलेलं उत्पन्न म्हणून करपात्र ठरवून त्यावर कर आकारणी केली होती. अपिलातही हाच मुद्दा होता.

मी चेहरा निर्विकार ठेवत त्याला म्हटलं, "आपण सोमवारी केस चालवू. तुम्ही मला फक्त पेट्रोल पंप अटेंडंटने जे सांगितलं त्याच्या चार प्रती आजच पाठवा."

अर्ध्या तासातच त्याने त्या आणून दिल्या.

सोमवारी मी जेव्हा ट्रायब्युनलला गेलो, तेव्हा मला बऱ्याच जणांच्या चेहऱ्यावर Et tu Brutus? या लॅटिन भाषेतील वाक्याप्रमाणे आणि विल्यम शेक्सपियर यांच्या नाटकातील संवादाप्रमाणे एक कुतूहलमिश्रित आश्चर्याचा भाव दिसला... "ब्रुटस, तुम्हीसुद्धा?" सारखा... "इनामदार, तुम्हीसुद्धा?" काय समजायचं ते मी समजलो.

हाजी मस्तान मिर्झा हे नाव पुकारल्यावर मी केस चालवायला म्हणून पुढे आलो. ट्रायब्युनलच्या सभासदांच्या चेहऱ्यावर पण मला जरा आश्चर्याची छटा दिसली.

मी सुरुवातीलाच म्हटलं, "युवर ऑनर, मी जरी या केसमध्ये वकील म्हणून उभा राहिलो असलो तरी कर्जदाराच्या पार्श्वभूमीबद्दल किंवा त्याच्या भूतकाळातल्या कुठल्याही कृत्यांबद्दल मी वकिली किंवा तरफदारी करणार नाही. मी फक्त एकाच गोष्टीचा आग्रह धरणार आहे की, या आदरणीय न्यायालयापुढे कुणीही आलं तरी त्याचं करपात्र उत्पन्न आयकर कायद्याच्या नियमात राहून नियमाप्रमाणेच ठरवलं गेलं पाहिजे. आणि तेही कुठलाही पूर्वग्रह न बाळगता! एखाद्या गुन्हेगाराने ट्राफिक सिग्नल मोडला

म्हणून त्याला काही आपण फाशी देत नाही!”

ज्येष्ठ सभासद म्हणाले, “तुम्ही तुमचं म्हणणं मांडा.”

मी मग कुठल्या प्रकारचं मानलेलं (Deemed) व कल्पित उत्पन्न धरून कर लावल्याचे दाखवून दिलं व म्हटलं की, हे सर्व अंदाजपंचे आणि तकलादू गृहितांवर आधारलेलं आहे. त्यामागे कुठलाही ठोस पुरावा नाही. मी त्यांना आठवण करून दिली की अनेक तस्करांबरोबर हाजी मस्ताननेही जयप्रकाश नारायण यांच्यासमोर शरणागती पत्करली होती व पुन्हा कुठलीही गुन्हेगारी कारवाई किंवा कृत्य न करण्याची शपथ घेतली होती. त्यानंतर माझ्या अशिलाने असा, कुठलाही अपराध केला नाही किंवा त्याच्यावर तसा आरोपही नाही. इन्कम टॅक्स खात्याचा सर्व भर पेट्रोलपंपवरच्या अटेंडंटने जे सांगितलं त्यावर आहे.

मग मी थोड्या वरच्या आवाजात ठासून म्हणालो की, आयकर अधिकाऱ्याने आम्हाला उलट तपासणीची संधी तर दिली नाहीच, पण एक साधा प्रश्नसुद्धा विचारला नाही की त्या अटेंडंटने कधी हाजी मस्तानला गाडीत पाहिलं आहे का किंवा हाजी मस्ताननी कधी पेट्रोलचं बिल स्वतः दिलं आहे का? एका ठिसुळ पायावर आरोपांची, संशयाची, अंदाजांची एक तितकीच ठिसूळ इमारत उभी केली आहे. यालाच न्याय म्हणायचे असेल तर कायद्यातील न्यायाची व्याख्या बदलावी लागेल! कारण हे सिग्नल मोडल्याबद्दल फाशी देण्यासारखंच आहे.

त्यानंतर मी ट्रायब्युनलला सांगितले की जयप्रकाश नारायणजी यांच्यासमोर शरणागती पत्करल्यानंतर हाजी मस्तान यांनी ‘हिंदू मुस्लिम सुरक्षा संघ’ या नावाची संघटना काढली. त्याचं मुख्य काम लोकांमधील कायदेशीर भांडण शक्यतो कोर्टात न जाता आपसात मिटवावी हे होतं. त्यासाठी संघाकडे अनेक कार्यकर्ते होते. ते अशा लोकांना घेऊन हाजी मस्तान याच्या बॉर्डन रोडवरील (भुलाभाई देसाई रोड) ‘बैतुल’ या बंगल्यावर यायचे. हाजी मस्तान त्यांना प्रश्न कसा सोडवता येईल याबद्दल त्यांचे मत सांगायचे. त्यानंतर स्वयंसेवक त्या लोकांना गाडीतून त्यांना सोयीच्या जागी घेऊन जायचे व त्यांचे प्रश्न वाटाघाटीने सोडवायचा प्रयत्न करायचे. हाजी मस्तान हे कधीही या लोकांबरोबर नसायचे, तसेच गाडीच्या पेट्रोलचे पैसे हेच लोक देत असत. मी सांगितलं की या सर्वांबद्दल वर्तमानपत्रातून अनेक वेळा लिहूनही आलं आहे व त्याला प्रसिद्धीही मिळाली आहे. या गाडीचा वापर हाजी मस्तान यांच्या खाजगी वापरासाठी होत नव्हता.

आयकर खात्याचा प्रतिनिधी म्हणाला, “ही सारी इनामदार यांच्याच कल्पनेची भरारी असू शकते. कारण त्यांच्याकडे कुठलाच पुरावा नाही. आणि उलट तपासणीचा त्यांचा आग्रहच असेल तर केस परत पाठवता येऊ शकते.”

त्यावर ज्येष्ठ सदस्य करड्या आवाजात म्हणाले, "ते खरं तर तुमचं काम होतं. तुमच्याकडे वेळ होता, संधी होती, यंत्रणा होती. तुम्ही काहीच केलं नाही. साधी उलटतपासणीची संधीही दिली नाहीत. तुमची संपूर्ण केस पेट्रोल पंपाच्या कनिष्ठ कर्मचाऱ्यांच्या साक्षीदार अवलंबून आहे. आणि आता तुम्ही म्हणता, त्यासाठी केस परत पाठवता येईल? ॲफिडेविट करणं, केस परत पाठवणं, हा वेळेचा अपव्यय आहे. आम्ही त्यासाठी तारीख देणार नाही असं स्पष्ट सांगितलं होतं. कारण आम्हाला ही केस लवकरात लवकर निकाली काढण्याच्या सूचना आहेत. तुम्हाला काही सांगायचं असेल ते आत्ता आणि इथेच सांगा."

पण त्यांच्याकडे यापलीकडे सांगण्यासारखं काहीच नव्हतं!

निकाल माझ्याच बाजूने लागणार, असं माझं मन मला सांगत होते. सहकारीही माझं अभिनंदन करत होते, पण मी चेहरा शांत ठेवला होता.

काही दिवसांनी त्या फाइल आणून देणाऱ्या माणसाचा फोन आला. "साहेबजी, आपण केस जिंकली. तुम्ही केस जिंकलीत." तो चांगलाच उत्तेजित झालेला दिसला. मी फक्त म्हटलं, "छान झालं!" मी फोन ठेवायच्या तयारीत होतो तेवढ्यात तो म्हणाला, "साहेब, तुम्ही आमच्या साहेबांना भेटायला येऊ शकाल का? त्यांना तुम्हाला भेटायचं आहे." मी नाहीच म्हणणार होतो पण माझ्यातलं चौकसपणा आणि कुतूहल जागं झालं. मी म्हटलं, "ठीक आहे, केव्हा?" तो म्हणाला, "मी शनिवारी गाडी घेऊन येतो. नंतर मी परत तुम्हाला घरी किंवा ऑफिसमध्ये सोडेन." त्याप्रमाणे मी हाजी मस्तान मिर्झा यांच्या भुलाभाई देसाई मार्गावरील 'बैतुल' या बंगल्यात गेलो. त्यांनीच उठून माझं स्वागत केलं. हात हातात घेतले व म्हणाले, "साहेब, हम आपके बोहोत शुक्र गुजार है. आपने बोहोत अच्छा काम किया।" त्यांनी चहा मागवला.

त्यानंतर चेहरा दुपट्ट्याने पूर्ण झाकलेली एक स्त्री चहा व काही खाण्याचे पदार्थ घेऊन आली. तिचा चेहरा नीट दिसत नव्हता मात्र ती विलक्षण सुंदर असावी, असं मला वाटलं. तिच्या डोळ्यांत आणि माझी आवडती अभिनेत्री मधुबाला यांच्या डोळ्यांत मला विलक्षण साम्य आढळलं. पुढे मला कळलं की तिचं नाव 'सोना' होतं आणि तिच्यात आणि मधुबालात कमालीचं साम्य होतं.

ही केस माझ्या दृष्टीने युनिक होती. जेव्हा मी ती स्वीकारली, तेव्हा माझ्या मनात एकच विचार होता की मी वकील आहे, न्यायाधीश नाही. माझ्या अशिलाची केस ठामपणे व माझ्या कुवतीनुसार अधिकाधिक चांगली मांडणं हे माझं कर्तव्यच नाही तर जबाबदारीही आहे. त्यावर कुठल्याही अवांतर गोष्टीचा परिणाम होऊ देणं शक्य नाही.

मी जेव्हा 'बैतुल'मधून बाहेर पडलो, तेव्हा मी विलक्षण समाधानी होतो.

❑❑

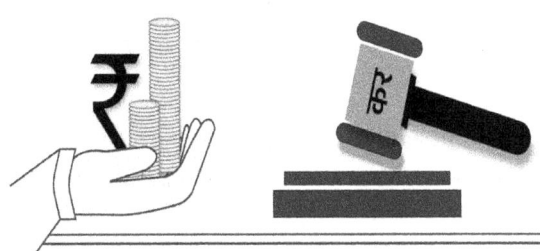

साखर आणि खडीसाखर!

मालेगाव शहर हे जातीय दंगलींमुळे अधिक चर्चेत असतं, पण शेती आणि उद्योगक्षेत्रातही ते प्रगत आहे. मालेगावहून आलेली एक केस मला खूप आनंद व समाधान देऊन गेली. शांतीलाल सोनी या माझ्या जवळच्या मित्राकडून ती आली होती. कागदपत्रं वाचून झाल्यावर माझी पहिली प्रतिक्रिया होती, "शांतीलालजी, ही केस आपण जिंकू शकू असे मला नाही वाटत. माझ्याकडे केस देऊन तुमच्या अशिलाचे पैसे कशाला वाया घालवता?" त्यावर शांतीलालजींचं उत्तर होतं, "इनामदारसाहेब, माझा अशील मेला तरी चालेल, पण तो तुमच्या हातून मरू दे."

या विश्वासाचं - मैत्रीपूर्ण विश्वासाचं मोल काय असतं, हे सांगून समजणं अवघड आहे! कारण ही गोष्ट कानाने नाही तर मनाने ऐकायची आहे.

केसमधला मुद्दा पण खूप वेगळा व आव्हानात्मक होता. शांतीलालजींच्या अशिलाने साखरेपासून खडीसाखर तयार करण्याचा कारखाना सुरू केला होता. त्या वेळी जर कुणी नवीन वस्तूचं उत्पादन केलं, तर आयकर कायद्यात त्या वेळी मोठी सूट होती. शांतीलालजींनी ही सूट द्यावी असा मुद्दा मांडला होता. आयकर अधिकाऱ्याने (व अपील आयुक्तांनीदेखील) हा प्रस्ताव अवास्तव व हास्यास्पद ठरवून फेटाळला होता.

जेव्हा केस ट्रायब्युनलपुढे सुनावणीसाठी आली, तेव्हा मी साखरेपासून खडीसाखर करण्याची प्रक्रिया, त्यासाठी केलेला यंत्रसामग्रीचा वापर, यासाठी लागणारी गुंतवणुकीची रक्कम वगैरे मुद्दे (माझ्या मते) ठासून मांडले. पण मला दिसत होतं

की ट्रायब्युनल सदस्यांचे चेहरे कोरेच राहिले. त्यांच्यावर मी कुठलीही छाप पाडू शकलो नव्हतो.

माझ्यानंतर आयकर खात्याचा प्रतिनिधी (Departmental Reprentative) उभा राहिला आणि त्यांचं पहिलंच वाक्य होतं. "महाशय, इनामदार हे कॉमर्सचे पदवीधर आहेत. मी केमिस्ट्रीचा पदवीधर आहे." आणि या वाक्याने माझ्या डोक्यात एक ट्यूब पेटवली.

दरम्यानच्या काळात मी माझ्या साहाय्यकाला ट्रायब्युनलच्या समोरच असलेल्या किराणा मालाच्या दुकानात पाठवलं आणि सांगितलं की साखर व खडीसाखर असे दोन वेगवेगळे पुडे बांधून आण आणि दोन्हीची बिलं वेगळी घेऊन ये.

मी उत्तर द्यायला उभा राहिलो व म्हणालो, "माझ्या विद्वान मित्रानी मी कॉमर्सचा पदवीधर आहे, केमिस्ट्रीचा नाही याची आठवण करून दिली, याबद्दल मी त्यांचा आभारी आहे. पण युवर ऑनर, सुप्रीम कोर्टाने अनेक केसेसमध्ये स्पष्ट म्हटलं आहे की, एखाद्या नव्या किंवा वेगळ्या वस्तूचे उत्पादन झाले की नाही हे ठरवायचा निकष म्हणजे ती वस्तू कमर्शियली वेगळी आहे की नाही हाच आहे. केमिकली वेगळी आहे की नाही, असे नाही.

कोर्टात खसखस पिकली, सदस्यांच्या चेहऱ्यावरही हसू उमटलं. मग मी थोड्याशा नाटकीपणे खिशातून दोन पुडया काढल्या व म्हटलं, मी माझ्या साहाय्यकाला साखर आणि खडीसाखर वेगळी आणायला सांगितली होती. मी बिलं काढून त्यांच्या हातात दिली व म्हटलं की एक व्यापारी माणूस या गोष्टी नुसत्याच वेगळ्या समजत नाही, तर त्यांची किंमतही वेगवेगळी लावतो. यापेक्षा दुसरा भरभक्कम पुरावा (माझी प्रोसेस ही manufacture आहे.) दुसरा कुठला असू शकतो का? मग मी जरा जोरकसपणे मी आधी मांडलेला मुद्दा मांडला की साखर आणि खडीसाखर यांचे गुणधर्म व उपयोग अगदी वेगवेगळे आहेत. औषध उद्योगात खडीसाखर वापरली जाते, साखर नाही. साखर आरोग्याला विशेषतः मधुमेहाच्या रुग्णांसाठी घातक समजली जाते, तर खडीसाखर आरोग्याला पोषक असते म्हणूनच ती औषध उद्योगात वापरली जाते.

पुढचे काम सोपे होते. कोर्ट संपल्यावर आयकर खात्याचा वकील हसत माझ्याकडे आला व म्हणाला, तू केस पूर्ण उलटवलीस आणि तू कॉमर्सचा पदवीधर आहेस हा टोमणा मस्त होता. आम्ही कोर्टात जरी एकमेकांच्या विरोधात लढत असलो तरी आमचे संबंध अतिशय जिव्हाळ्याचे होते.

कोर्टरूमच्या बाहेर आल्यावर शांतीलाल सोनींनी मला मिठीच मारली. "कमाल!" एवढेच ते उद्गारले. मलाही मी आयकर कायद्यात काहीतरी योगदान दिलं असं वाटलं!

॥॥

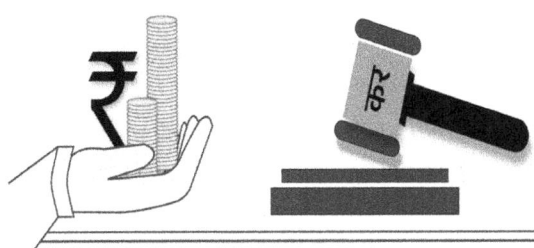

वेगळीच वेश्या

१९७० च्या दशकात पुणे ट्रायब्युनल अशी स्वतंत्र शाखा (पीठ) उघडण्यात आली. त्या वेळी पुणे ट्रायब्युनल समोरच्या बहुतांशी केसेस माझ्याकडे आल्या. मी पुण्याला दर आठवड्याला जाऊ लागलो व पुण्याला एक सदनिकाही घेतली. ट्रायब्युनल सदस्यांनी खूपच सहकार्य केले व रजिस्ट्रारला माझ्या केसेस दर बुधवारी/गुरुवारी ठेवायला सांगितले. मी मंगळवारी संध्याकाळी डेक्कन क्वीनने पुण्याला जायचो व गुरुवारी डेक्कन एक्सप्रेस किंवा कोयना एक्सप्रेसने मुंबईला परत यायचो. त्या दोन दिवसांत मी माझी इतर कामंही करायचो.

अशाच एका गुरुवारी सुमारे चारच्या सुमारास पुण्याचा एक आयटीपी (इन्कम टॅक्स प्रॅक्टिशनर) मला भेटायला आला. आयटीपी ही एक अजोड (युनिक) वर्गवारी आहे. इन्कम टॅक्स सल्लागार म्हणून व्यवसाय करायचा असेल तर तुम्ही कायद्याचे पदवीधर असणे आवश्यक नाही. आयकर कायद्याच्या कलम २८८ नुसार केलेल्या नियम ५० प्रमाणे ठरवलेली पात्रता असेल तर तुम्हाला हा व्यवसाय करता येतो. या पात्रतेचे निकष कायद्याच्या अभ्यास किंवा पदवी यापेक्षा खूपच वेगळे असतात परंतु माझ्या अनुभवानुसार मी सांगू शकतो की अशिलाच्या फायद्याचे काम कसे करून द्यायचे ते, काही आयटीपीना पुरते माहीत असते.

त्यानंतर आयटीपीने माझ्या हातात एक फाइल ठेवली आणि म्हणाला, "ट्रायब्युनल पुढे अपील आहे. मी मुंबईला निघालो असल्याने तारीख लागली आहे का?" असे

विचारले, तो म्हणाला "लागली आहे पण ती पुढच्या महिन्यात आहे. पण तुम्हाला काही आणखी कागदपत्रं हवी असतील तर सांगा. तसेच तुमची फी किती असेल तेही सांगा. तिला परवडली तर ती नक्की देईल." तो गेल्यावरही 'तिला' हा शब्द माझ्या मनात घर करून राहिला. त्या दिवशी माझ्याकडे फार सामान नव्हतं व ती फाइलही फार मोठी नव्हती. मी ती बॅगेत घातली आणि मनाशी म्हटलं की गाडीत खूप वेळ मिळतो. जमलं तर चाळू.

त्या दिवशी गाडीला अजिबातच गर्दी नव्हती. जरा निवांत झाल्यावर ती फाइल उघडली आणि वाचू लागलो. केसची हकिगत वाचून मी चांगलाच चक्रावलो. त्यातली 'ती' म्हणजे पुण्यातील बुधवार पेठेतल्या शालूकर बोळात धंदा करणारी एक सामान्य वेश्या होती. ('सामान्य' म्हणजे कुणी श्रीमंत वर्गातली कॉल गर्ल वगैरे नव्हतीं.) एक मध्यमवयीन गृहस्थ तिच्याकडे नेमाने यायचा व त्याची वागणूक सौजन्याची होती. आणखी एक धक्कादायक गोष्ट कळली म्हणजे वेश्याव्यवसायात ढकलली जाण्यापूर्वी ती शिकत होती आणि त्या काळातील व्हर्नाक्युलर फायनल ही परीक्षा उत्तीर्ण झाली होती. त्या सद्गृहस्थाने तिच्या नावाने बँकेत खातं उघडून दिलं होतं व त्यातही तो दर महिन्याला थोडे-थोडे पैसे टाकत होता. काही वर्षांनी त्या सद्गृहस्थाने (त्यांना 'गिऱ्हाईक' म्हणत नाही.) तिला सांगितलं किंवा सुचवलं की तिने त्याच्याकडेच राहायला यावं. दोन खोल्या भाड्याने घेऊन तो तिच्या राहण्याची व्यवस्था करून देईल. म्हणजे तिला धंदा करावा लागणार नाही व त्यालाही तिच्याकडे येणं-जाणं सोईचं होईल. तिने खूप आनंदाने व त्याच्यावर पूर्ण विश्वास टाकून हा प्रस्ताव मान्य केला. त्या गृहस्थाची पत्नी वारली होती आणि मुलगा शिकत होता. नंतरच्या काळात त्या वेळी पुणे गावाबाहेर वाटणाऱ्या कोथरूड गावात त्याने तिच्यासाठी एक छोटंसं घरही बांधलं व ती तिथे राहू लागली.

त्या गृहस्थाचं निधन झाल्यावर मुलाने हिला त्रास द्यायला सुरुवात केली पण हिने दाद दिली नाही. बधली नाही आणि घाबरलीही नाही. मग त्याने आयकर खात्याकडे तक्रार केली की हे आमच्या वडिलांचं घर आहे आणि वारसाहक्काने मला मिळायला पाहिजे. पण ती त्यावर मालकी हक्क सांगतेय. हे घर घ्यायला तिने पैसे कोठून आणले ते तुम्ही तिला सिद्ध करायला सांगा वगैरे... वगैरे. (कदाचित त्यांच्यात काही देवाण-घेवाण झाली असल्याची शक्यता नाकारता येत नाही.)

आयकर अधिकाऱ्याने घेतलेल्या तिच्या तपासात/जबाबात हे सर्व उघड झालं होतं आणि हाच मुख्य मुद्दा होता. कारण आयकर अधिकाऱ्याने लिहिलं होतं की तिने स्वतःच कबूल केलं आहे की ती वेश्याव्यवसाय करीत होती. त्यामुळे त्या उत्पन्नातूनच

तिने हे घर घेतलं असा निष्कर्ष काढला पाहिजे. या सगळ्याचा हिशोब नव्हता, ना कधी आयकर रिटर्न्स भरला होता, त्यामुळे ज्या वर्षी त्या घरात गुंतवणूक झाली, त्या वर्षीच्या ते वेश्या व्यवसायातून मिळालेलं उत्पन्न धरलं पाहिजे.

मी दुसऱ्या दिवशीच त्या आयटीपीला फोन केला व सांगितले की अमूक कागद, नोंदी वगैरे घेऊन पुढच्या माझ्या पुण्याच्या भेटीत मला भेट!

त्याप्रमाणे पुढच्या आठवड्यात तो आला व त्याने मागितलेली सर्व कागदपत्रं माझ्या हाती दिली. परंतु तो आला तेव्हा एकटा नव्हता. त्याच्याबरोबर एक साठीच्या वरच्या वयाकडे झुकलेली, डोक्यावर पदर घेतलेली, हात जोडून उभी असलेली बाई होती. ती दोघं आत आल्यावर माझ्या लक्षात आलं की तरुणपणी ती स्त्री खरंच सुंदर दिसत असली पाहिजे. माझ्यात व आयटीपीमध्ये काही वेळ चर्चा झाली. त्या वेळी तिला बसायची विनंती करूनही ती हात जोडून उभीच होती. आयटीपीने मला विचारलं की तुमची फी किती असेल? त्या वेळी मी त्याला सांगितले की, यांच्याकडून मी काही फी घेणार नाही. त्यांच्यावर आधीच आयुष्याने खूप अन्याय केला आहे. माझ्याकडून होईल ती मदत मी करेन. तिला माझं बोलणं कितपत समजलं ठाऊक नाही, पण तो आयटीपी तिच्या कानात काहीतरी बोलला आणि तिने तिचा थरथरता हात माझ्या डोक्यावर ठेवला आणि हिन्दीमिश्रित कानडी भाषेत काही तरी पुटपुटली आणि ते दोघं बाहेर पडले.

केस चालवायला जेव्हा मी उभा राहिलो, तेव्हा मी सुरुवात केली, "युवर ऑनर, ही सर्व केस गृहीतांवर, पूर्वग्रहावर व कायद्याला बगल देऊन उभी आहे." त्यावर कनिष्ठ सभासद तुच्छतेने म्हणाले, "हो, पण ती कायदेशीर गृहीतके आहेत." ज्या पद्धतीने ते हे बोलले त्याकडे मी दुर्लक्ष केले आणि शांतपणे म्हणालो की "गृहीतके ही दोन प्रकारची असतात. एक कायदेशीर गृहीतक (legal presumption) आणि दुसरी अंदाजावर बांधलेली तर्कटे! कायदेशीर गृहीतक खोडून काढता येतात. तर्कटे कशी खोडून काढणार? आणि मी आपल्याला हेच सांगायचा प्रयत्न करीत होतो की कायदेशीर गृहीतक उपलब्ध असतानाही आयकर अधिकारी त्याचा उल्लेखही करीत नाही. त्यांची ऑर्डर ही फक्त कुतर्क, तिरस्कार व तुच्छता यावर आधारलेली आहे." त्यावर ते सभासद 'काय?' ओरडले, पण त्यांनी ऑर्डर हळूच पाहिली असावी कारण नंतर ते गप्पच बसले.

मी म्हणालो, "कायदेशीर गृहीतक हे आयकर कायद्याच्या कलम ६९मध्ये दिले आहे, त्याप्रमाणे जर करदात्याने एखादी गुंतवणूक केली असेल व त्याचा स्रोत किंवा इतर महत्त्वाची माहिती तो देऊ शकला नाही तर आयकर अधिकारी (आयटीओ)

त्याची गुंतवणूक केलेल्या वर्षाची बाजारभावाने केलेली किंमत त्या वर्षीचे उत्पन्न आहे असे धरू शकतो व ते उत्पन्न 'इतर उत्पन्न' या खाली करपात्र ठरवू शकतो. पण इथे अधिकारी ते वेश्याव्यवसायाचे उत्पन्न आहे असे गृहीत धरून व्यावसायिक उत्पन्न या सदराखाली करपात्र ठरवतो. आयकर कायद्याप्रमाणे व्यावसायिक उत्पन्न म्हणून करपात्र ठरवायचे असेल तर पूर्व अट अशी आहे की तो व्यवसाय त्या वर्षात चालू असला पाहिजे आणि त्या चालू व्यवसायातून ते उत्पन्न मिळाले असले पाहिजे." मग जरा आवाज चढवून मी म्हणालो, "ज्या वर्षी गुंतवणूक केली गेली त्या वर्षी करदात्यांनी वयाची साठी ओलांडली होती. आयकर खात्याकडे जी प्रचंड माहिती व सुसज्ज यंत्रणा असते त्याप्रमाणे त्यांनी कोर्टापुढे सिद्ध करावं की पुण्याच्या बुधवार पेठेत वेश्यायाव्यवसाय करणारी स्त्री वयाच्या ६०-६५ व्या वर्षी इतकं उत्पन्न वेश्याव्यवसायातून मिळवू शकते. तर मी माझं अपील मागे घ्यायला तयार आहे!"

न्यायालयात कुजबूज झाली. ती सगळ्यांच्याच लक्षात आली. इन्कम टॅक्स खात्याचे प्रतिनिधी - डीआर (DR) तावातावाने उठून ओरडला, "इनामदार, राईचा पर्वत करीत आहेत. चुकीचं वर्गीकरण झालंय, एवढीच फक्त चूक आहे. ही चूक तेवढी दुरुस्त करता येते व त्यासाठी केस परत पाठवता येते..."

ज्येष्ठ सदस्यांनी त्यांना थांबवलं व म्हटलं, "अच्छा, तर तुमच्यामते आम्ही फक्त चूक दुरुस्त करावी? ठीक आहे, आम्ही चूक जरूर दुरुस्त करू, पण त्याआधी चूक काय आहे आणि ती चूक कुणी केली आहे हे पाहावं लागेल."

डीआर सगळे काही समजून चुकले आणि मुकाट्याने खाली बसले!

कोर्टाने मला विचारलं, ''इनामदार, आणखी काही सांगायचं आहे?"

मी ट्रायब्युनलचे ध्येयवाक्य, जे प्रत्येक कोर्टरूममध्ये लावलेले असते त्याकडे बोट दाखवलं व म्हंटलं फक्त एवढंच!

ध्येयवाक्य असं होतं : सुलभ न्याय! सत्वर न्याय!

कोर्टाच्या बाहेर आल्यावर आयटीपी उत्तेजित स्वरात म्हणाला, "सर आपण जिंकलो!" मी म्हटलं, "इतक्यात नाही. ऑर्डर येऊ देत."

काही दिवसांनी आयटीपीचा फोन आला. "सर, तुम्ही केस जिंकली, आपण केस जिंकलो! बाईंनी तुमचे शंभर वेळा आभार मानले आहेत. त्यांनी तुम्हाला कळवायला सांगितलं आहे."

मी पूर्णपणे नास्तिक आहे, पण त्या दिवशी मी मनापासून देवाचे शतशः आभार मानले!

❑❑

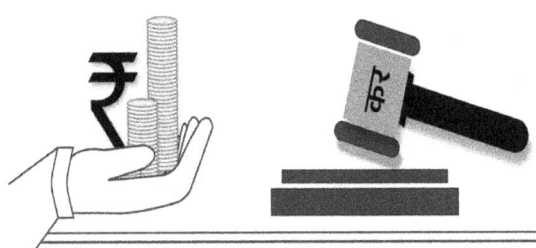

जियो मेरे जिमखाना!

ज्या एका केसने मला अमाप आनंद, समाधान आणि अभिमानदेखील दिला, ती केस होती पुण्याच्या डेक्कन जिमखाना या अग्रगण्य संस्थेची! पुण्यात तो सर्व भागच 'डेक्कन जिमखाना' या नावाने ओळखला जातो. ही केस चालवताना मला द्वेष, आकस, पूर्वग्रह, कौतुक अशा सगळ्याच गोष्टींचा अनुभव आला. लोक किती खालच्या थराला जातात त्याचाही अनुभव आला. या घटनेला आता खूप वर्षं झाली त्यामुळे अशा गोष्टींबद्दल फार बोलणार नाही, फक्त काही सुंदर आठवणी जागवणार आहे. ही संस्था देशी खेळांची पुरस्कर्ती व शिक्षण देणारी संस्था असल्यामुळे ती सार्वजनिक सेवाभावी / धर्मादाय संस्था म्हणून मानली जात होती व हिला आयकरातून सूट होती. परंतु त्यांच्या घटनेमध्ये एक कलम असं होतं - भूखंड विकणं, घरं बांधणं व अशा घरांची एक वसाहत (कॉलनी) विकसित करणं. एका वर्षी आयकर अधिकाऱ्याने अशी भूमिका घेतली की, हा चक्क व्यावसायिक उद्देश आहे. आणि तो सार्वजनिक सेवा किंवा धर्मादाय यामध्ये येऊ शकत नाही. शिवाय हा अनेक उद्देशांमधला हा एक असल्यामुळे विश्वस्त याच उद्देशावर खर्च करू शकतात व नफा कमावू शकतात. त्यामुळे त्याने आयकरात सूट देण्यास नकार दिला व कमाल दराने कर लावला.

मी पुण्याच्या ट्रायब्युनलपुढे ही केस प्रथम चालवली आणि माझ्या मते मी प्रयत्नांची शर्थ केली पण मी केस हरलो (वर म्हटल्याप्रमाणे कारणात शिरत नाही.) पण जिमखान्याचे सचिव तुळपुळे यांनी माझं कौतुक केलं. इतरही काही मित्रांनी

ट्रायब्युनलपुढचा हा माझा सर्वोत्कृष्ट परफॉर्मन्स होता अशी दाद दिली. केस सुरू असताना ट्रायब्युनलच्या एका सदस्याने मला दोन-तीनदा टोकले. "पण इनामदार, तिथे परमिटरूम आहे ना? आणि सभासद तिथे पत्ते खेळतात." त्यांनी फक्त जुगार हा शब्द उच्चारला नाही पण हावभावांनी आणि स्वरातून स्पष्ट दाखवला. मी त्यांना मद्रास उच्च न्यायालयाची उटकमंड जिमखाना ही केस दाखवली, पण त्यांचं टोचून बोलणं सुरूच होतं. डिपार्टमेंटच्या वकिलांनी त्याचा फायदा घेतला व हा मुद्दा दोन-तीनदा रेटला. वास्तविक या आधी कुणीही हा मुद्दा उपस्थित केला नव्हता. कायद्याप्रमाणे ट्राब्युनलपुढे असा संपूर्णतः नवीन मुद्दा पहिल्यांदा कुणीच (काही अपवाद आहेत!) उभा करू शकत नाही किंवा दोन्ही बाजूंना तो मांडायला परवानगी देऊ शकत नाही. हे नैसर्गिक न्याय तत्त्वाच्या विरुद्ध आहे. मी खूपच निराश झालो. केस हरलो म्हणून नाही, तर ज्याच्यासाठी मी हरलो त्यामुळे!

माझ्या सुदैवाने हायकोर्टात ही केस न्या. सरोश कपाडिया व न्या. देवधर यांच्या समोर आली. मी केस चालवायला उभा राहिलो तेव्हा न्या. कपाडिया मला मिश्किलपणे म्हणाले, "इनामदार, तुमच्यापुढे अडचणींचा डोंगरच उभा आहे!" मी उत्तर दिलं, "माय लॉर्ड, ज्यांनी ही संस्था अजोड परिश्रमांनी उभी केली, त्यांच्या अडचणींपुढे माझ्या अडचणी काहीच नाहीत आणि केसही इतक्या चांगल्या न्यायाधीशांपुढे असताना तर नाहीच नाही." सगळ्यांनीच मंद हास्य केलं व मी माझं म्हणणं मांडायला सुरुवात केली.

मी तपशीलवारपणे ही संस्था १९०६मध्ये लोकमान्य टिळक व त्यांच्या सहकाऱ्यांनी का व कशी स्थापना केली, त्या वेळी तो भाग पूर्णतः निर्जन होता, तिथे फक्त झाडी आणि मळे होते, फक्त लोकमान्य टिळकांनीच १८व्या शतकाच्या शेवटी स्थापन केलेलं फर्ग्युसन कॉलेज होतं पण मनुष्यवस्ती नव्हती. शिरोळे या दानशूर व्यक्तीनी खूप मोठी जमीन अल्प दराने देऊ केली. देशप्रमाने प्रेरित झालेल्या लोकांनी तिथे वस्ती करावी व देशी खेळ आणि शारीरिक शिक्षण यांना प्रोत्साहन मिळावं या हेतूनंच वर उद्धृत केलेलं कलम घातलं होतं, ज्याचा विपर्यास केला गेला होता, असं म्हणणं मांडलं.

मी कोर्टाला सांगितलं की, सार्वजनिक विश्वस्त निधीचा उद्देश व त्यासाठी कराव्या लागणाऱ्या गोष्टी यांत फरक असतो. घरं बांधणं किंवा जमीन विकणं हा माझा उद्देश नसून संस्था चालावी ह्या दृष्टीने तो अधिकार मला दिला गेला आहे. मी हे दाखवून दिलं की, १९४५नंतर जिमखान्याने कुठलेही जमिनीचे किंवा घराचे व्यवहार केलेले नाहीत. ४० वर्षांनंतर त्या कलमावर बोट ठेवून संस्थेला जणू काही बिल्डर/कॉन्ट्रॅक्टर म्हणून वागवायचे हा घोर अन्याय आहे आणि हा अन्याय केवळ संस्थेवर नाही, तर संस्थापकांवरही होत आहे.

हा सर्व इतिहास न्या. कपाडियांनी त्यांच्या निकालपत्रात वर्णन केला आहे, हे मला नमूद केलं पाहिजे. दुसरं म्हणजे त्यांनी परमिट रुम किंवा पत्ते खेळणं याचा उल्लेखसुद्धा केला नाही. माझ्या प्रतिवादामध्ये मी तिथे ब्रीज सारखा खेळ खेळला जातो आणि संस्थेने आंतरराष्ट्रीय ख्यातीचे ब्रीज खेळाडू देशाला दिले असल्याचं एक कलम ज्यायोगे गंगाजळीतील रक्कम (रिझर्व्ह फंड), ५० हजारांच्या वर गेल्यास तो मुख्य उद्देशांसाठी खर्च करावा लागतो हे ही त्यांच्या निदर्शनास आणले. न्या. कपाडियांनी निकालपत्र वाचायला सुरुवात केली. ते निकाल आमच्या बाजूने देत आहेत हे लक्षात आलं तेव्हा माझ्या मागंच बसलेल्या तुळपुळ्यांनी माझ्या हातावर हात ठेवला आणि भरल्या गळ्याने ते म्हणाले, "Thank you" मी मागे वळून पाहिले तर त्यांच्या डोळ्यांत पाणी होतं.

❑❑

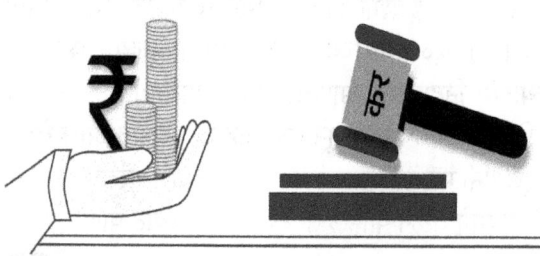

हरपलेले श्रेय

मराठी चित्रपटाचे यशस्वी निर्माते व अत्यंत लोकप्रिय विनोदी कलाकार दादा कोंडके यांची एक केस मला हायकोर्टात चालवण्याची संधी मिळाली. दादा आपल्या 'सदिच्छा चित्र' या संस्थेतर्फे मराठी चित्रपटांची निर्मिती करीत असत. महाराष्ट्र सरकारने महाराष्ट्रात वेगवेगळ्या उद्योगांची वाढ व्हावी किंवा त्यास चालना मिळावी या हेतूने एक अनुदान योजना जाहीर केली होती. यामागचा मुख्य हेतू अधिकाधिक चांगले मराठी चित्रपट निघावेत हा होता. आधीच्या चित्रपटाला मिळणाऱ्या पैशांवर जो करमणूक कर भरला असेल, तो पुढच्या चित्रपटाची निर्मिती केल्यास संपूर्णपणे परत मिळायचा, अशा स्वरूपाचं हे अनुदान होतं.

आयकर खात्याने ही रक्कम पूर्वी धंद्याच्या उत्पन्नातून वजा झालेल्या रकमेचा परतावा असल्यामुळे ते व्यावसायिक उत्पन्न समजले पाहिजे असे म्हणून त्यावर पूर्ण कर आकारला होता. दादांच्या सीएने हे उत्पन्न नसून सरकारतर्फे मिळालेलं भांडवली अनुदान असल्यामुळे ते करपात्र होऊ शकणार नाही, अशी भूमिका घेतली होती. परंतु ट्रायब्युनलपर्यंत सगळ्यांनीच हा दावा फेटाळला होता. त्याचं मुख्य कारण पूर्वी वजा झालेली रक्कम जर परत मिळाली, तर ती रक्कम त्या वर्षीच्या धंद्याचं उत्पन्न म्हणून धरली गेली पाहिजे अशी आयकर कायद्यामध्ये कलम ४१ (१)मध्ये विशिष्ट तरतूद आहे. दादांच्या वाटेतला हा सगळ्यात मोठा अडथळा होता.

हायकोर्टात चालवायला ही केस त्यांच्या सीएतर्फे माझ्याकडे आली. त्या वेळी

दादा कोंडके

ह्या मुद्द्यावर म्हणावे तसे न्यायालयाचे निर्णय उपलब्ध नव्हते. त्यामुळे उपलब्ध निर्णयामधूनच बुडत्याला काडीचा आधार मिळवायचा होता. आंध्रप्रदेश न्यायालयाचा एक निकाल होता पण त्यात फार चर्चा केली गेली नव्हती. न्यायमूर्ती विमा-दलाला पुढे एकदा भारताच्या दूरच्या लहानशा उच्च न्यायालयाचा निर्णय माझ्या बाजूने आहे असं सांगून त्यांना दाखवला. तो वाचून झाल्यावर ते म्हणाले होते, "Mr. Inamdar, my respect for judicial precedents knows certain territorial bounds!" न्यायिक उदाहरणांना काही प्रादेशिक मर्यादा असतात, याला त्यांनी अप्रत्यक्ष दुजोरा दिला होता. माझ्या चांगलेच लक्षात होते. ही केस कोर्टात सुनावणीसाठी आली, त्या वेळी न्या. सुजाता मनोहर व न्या.डी.आर. धानुका खंडपीठाचे सदस्य होते. मला जरा हायसं वाटलं. न्या. सुजाता मनोहर या माजी न्यायमूर्ती के.के.देसाई यांच्या सुकन्या. अतिशय हुशार व समतोल विचारांच्या, मराठीवर उत्तम प्रभुत्व असलेल्या!

एखाद्या अनुदानाचं स्वरूप उत्पन्न का भांडवल ('इन्कम' की 'कॅपिटल') हे पूर्णपणे ते अनुदान का दिलं गेलं, यावर अवलंबून असतं. ते अनुदान कसं ठरवलं गेलं, कसं मोजलं गेलं, या घटकांचा त्याचं स्वरूप ठरवण्याशी काहीच संबंध नाही. इथे मुख्य हेतू अधिक चांगले मराठी चित्रपट निर्माण व्हावे असा आहे. म्हणजेच एका व्यवसायाला- मराठी व्यवसायाला उभारी नेण्यासाठी व तो देशपातळीवर व जागतिक पातळीवर सर्व दृष्ट्या जावा यासाठी हे अनुदान दिलं जातं. कुठल्याही विशिष्ट खर्चाची भरपाई म्हणून किंवा नफ्याला साहाय्यभूत व्हावं म्हणून दिलं जात नाही. नफा मिळाला तर तो चित्रपटाच्या गुणवत्तेमुळे मिळतो, अनुदानाने नाही. मी या वेळीही या मुद्द्याकडे लक्ष वेधलं की, निर्मात्याने दुसरा चित्रपट निर्माण केला तरच हे अनुदान मिळतं, एरवी नाही.

खंडपीठाने जवळ जवळ दीड दिवस माझं म्हणणं शांतपणे ऐकून घेतलं. अर्थात मधून मधून काही भेदक, खोचक व मार्मिक प्रश्नही विचारले गेले. इन्कमटॅक्स खात्याच्या वकिलाने अपेक्षेप्रमाणे वर दिलेलं आयकर अधिकाऱ्याचंच म्हणणं परत मांडलं व कलम ४१ (१)वर भर दिला.

मी उत्तर द्यायला उठलो तेव्हा मला न्या.सुजाता मनोहर म्हणाल्या. “इनामदार, तुम्ही तुमचं म्हणणं तपशीलवार मांडलं आहे. तुमचा मुख्य मुद्दा अनुदानाचं स्वरूप उत्पन्न की, भांडवल अनुदान हा कशासाठी दिलं आहे, त्यावर अवलंबून आहे हे पूर्णपणे पटलं आहे, पण तुम्ही बोलताना ३-४ वेळा म्हणालात की हे अनुदान अधिक चांगले मराठी चित्रपट निघावेत किंवा त्याची निर्मिती व्हावी या हेतूने दिले जाते.” मी मान डोलावली. त्या लगेचच म्हणाल्या, “मग आम्हाला हे सांगा की, अधिक चांगला हे कशाचं विशेषण आहे? चित्रपटाचं, की आणखी कशाचं? मी सापळ्यात अडकत जातो आहे हे माझ्या लक्षात आलं, पण त्यातून बाहेर कसं पडायचं (किंवा त्यात शिरायचंच नाही.) हे मला समजेना.

मी ढोबळ उत्तर दिलं की, “मराठी चित्रपट कमी भांडवलात तयार केले जातात. त्यामुळे हिंदी किंवा तामिळ भाषेतील चित्रपटांच्या मानाने ते तंत्रज्ञानात व निर्मितिमूल्यात कमी पडतात. त्यामुळे ते अधिक चांगल्या दर्जाचे व्हावेत या हेतूने अनुदान दिलं जातं. त्या म्हणाल्या, “आणि तुम्ही असेही म्हणालात की, हे अनुदान आधीच्या चित्रपटाने जो करमणूक कर सरकारला दिला असेल तेवढ्या रकमेचं असते? “हो मॅडम.” तुमच्या आधीच्या ‘एकटा जीव सदाशिव’ या चित्रपटाने जेवढा करमणूक कर भरला तेवढं हे अनुदान आहे. मग तुम्ही मला तुमच्या पुढच्या चित्रपटाचं नाव सांगाल का?”

मी पुरता सापळ्यात अडकलो होतो. न्या. सुजाता मनोहरांच्याही ते लक्षात आलं होतं. पण त्यांच्या चेहऱ्यावर फक्त मंद स्मित होतं. मी चेहरा पाडून म्हणालो, “आंधळा मारतो डोळा!” त्या किंचितशा हसल्या आणि म्हणाल्या, “I See!”

केसचा निकाल माझ्या बाजूने लागला होता. आयकर विभागाने हा निकाल मान्य केला आणि ते वरच्या कोर्टात गेले नाहीत, याचं मला आश्चर्य वाटलं. मला कमालीचा आनंद झाला व अभिमान वाटला. विजय कोंडके यांचा फोन आला. ते म्हणाले, मराठी चित्रपट निर्मात्यांतर्फे आम्ही तुमचा ‘वेस्ट एन्ड हॉटेल’मध्ये सत्कार करायचं ठरवलं आहे.

त्यानंतर सुमारे ४-५ वर्षांनंतर मी व माझी पत्नी ‘जहांगीर आर्ट गॅलरी’मध्ये चित्रांचं प्रदर्शन बघायला गेलो असताना तिथे न्या. सुजाता मनोहरही आलेल्या दिसल्या. त्यांच्या सोबत मुंबईचे एक प्रमुख वकील व आणखी दोघं तिघं जण होते. त्या वेळी त्या सर्वोच्च न्यायालयात न्यायाधीश म्हणून कार्यरत होत्या. त्यांनीही मला पाहिलं असावं, कारण त्या जरा जवळ आल्यावर आमच्या बाजूला आल्या आणि म्हणाल्या, “इनामदार, तुम्ही ती अनुदानाची (सबसिडी) केस फार छान चालवली होती. कसं चाललंय?” माझा तर गळा दाटून आला होता.

त्यानंतर मात्र सरकारने यातून सोपा मार्ग काढला व मिळवलेले सर्व हिरावून घेतलं. त्यांनी कायद्यातच दुरुस्ती केली. पण ती दुरुस्ती नियमांमध्ये केली, मुख्य कायद्यात नाही. त्यामुळे मी त्याच्या वैधतेला आव्हान दिलं. प्राथमिक सुनावणीच्या वेळी न्यायाधीश म्हणून सोलापूरचेच न्यायमूर्ती प्रताप होते. मला आठवतं आहे, त्या वेळी त्यांनी शेरा मारला- कायदा बदलण्याचा हा मूर्ख मार्ग आहे. मला मात्र त्या वेळी केशवसुतांची 'हरपलेले श्रेय' ही कविता आठवली!

❐❐

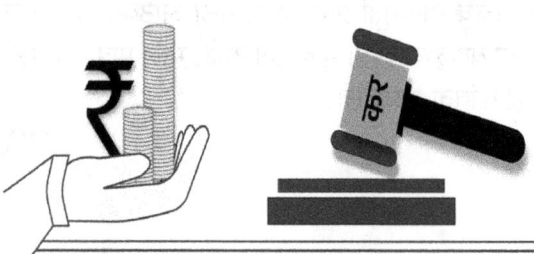

चौकस सूनबाई

ही केस माझ्याकडे १९७५मध्ये आली. खरं तर ती लौकिकार्थाने कुठली केसही नव्हती, म्हणजे कुठल्या ट्रायब्युनलमध्ये किंवा हायकोर्टात चालवायची नव्हती, पण तो अनुभव लक्षात राहण्यासारखाच होता म्हणून वाटलं, तुम्हालाही सांगावा.

त्याचं असं झालं. चिपळूण (कोकण) जवळच्या एका खेड्यात एका अतिशय गरीब ब्राह्मणाचं घर होतं. त्या कुटुंबाचं काम लोकांच्या घरी पूजा सांगणं, पौरोहित्य करणं हे होतं. वडील आणि धाकटा मुलगा हे आजूबाजूच्या खेड्यात जाऊन हे काम करायचे व त्यातून मिळणाऱ्या दक्षिणेवर त्यांचा उदरनिर्वाह चालायचा. मोठा मुलगा परराष्ट्र खात्यात अत्यंत कनिष्ठ पदावर (कारकून) काम करीत असे. कर्मधर्मसंयोगाने त्याची बदली इंग्लंडमधल्या भारतीय वकिलातीत झाली. त्याने कर्नाटक-महाराष्ट्र सीमेवरील एका कानडी मुलीशी लग्न केले होते व दोघंही लंडन येथे राहत होते.

सूनबाई फारच स्मार्ट निघाल्या. त्या १९७४च्या डिसेंबरमध्ये भारतात आल्या आणि सासरी राहू लागल्या. त्यांच्या असं कानावर आलं होतं की, नवऱ्याचे पूर्वज हे सावकारीचा व्यवसाय करायचे व त्यांच्या घरात गुप्तधन पुरलेलं आहे. तिने आल्याबरोबर घरातली जुनी कागदपत्रं चाळायला सुरुवात केली. घरच्यांना याबद्दल काहीच माहिती नव्हती, त्यामुळे त्यांनी कुठलाच आक्षेप घेतला नाही. मंत्रचाळेपणा (खुळचटपणाला खास कोकणी शब्द!) असं म्हणून त्याकडे दुर्लक्षच केले.

शोधाशोधीत तिला एक कागद सापडला. तो पाहिल्यावर तिला वाटलं की, हा

घराचा नकाशा आहे आणि त्यावरच्या खुणांना काहीतरी अर्थ असावा. पण तो कागद मोडी लिपीत होता. तो घेऊन ती तडक चिपळूणला गेली व तिने मोडी वाचता येणाऱ्या एक वृद्ध गृहस्थांचा शोध घेतला. त्यांनी तिला सांगितलं की, हा घराचा नकाशा आहे आणि ज्या खुणा आहेत, त्या तिथे काहीतरी महत्त्वाचं असल्याच्या निर्देशक वाटतात. तिला एवढं पुरेसं होतं. तिने थेट रत्नागिरीच्या जिल्हाधिकाऱ्यांकडे लेखी तक्रार केली की सासरच्या माणसांनी सावकारीचा व्यवसाय केला आणि तो धंदा अवैध असल्याची दाट शक्यता आहे. कारण घरात गुप्तधन लपवले असण्याची शक्यता आहे. त्यामुळे घराचा ते भाग खणून पुरावा मिळवावा. जिल्हाधिकाऱ्यांनी तिचा हा सगळा मूर्खपणा असावा असं वाटलं, कारण तो म्हणाला, ज्या काळातला हा कागद आहे, त्याकाळी सावकारी करण्यावर बंधन नव्हते सावकारी कायदा हा त्यानंतर लागू झाला. त्यामुळे अशी कारवाई करता येईल असे वाटत नाही. सूनबाईचा धोशा आणि कटकट थांबावी या हेतूने त्यांनी तिला सांगितले, ठीक आहे मी माणसं पाठवतो. काही दिवसांत माणसं आली. त्यांनी वडिलांना घरात खणण्याची परवानगी मागितली. वडील म्हणाले, 'माझी काहीच हरकत नाही, कारण असं काही असल्याची मला माहितीसुद्धा नाही! पण नंतर तुम्ही ती जागा पहिल्यासारखी बुजवून द्यायची. कारण ते बुजवण्याएवढे पैसे माझ्याकडे नाहीत.'

कामगारांनी खणायला सुरुवात केली आणि सहा-सात फुटापर्यंत खोल गेले तेव्हा अहो आश्चर्यम्! त्यांना चांदीच्या, सोन्याच्या दागिन्यांनी व भांड्यांनी भरलेले हंडे सापडले. त्यांनी ताबडतोब जिल्हाधिकाऱ्यांशी संपर्क केला. त्यांनी पुरातत्त्व विभागाशी संपर्क केला. पण ते लोक म्हणाले, जमिनीच्या ठरावीक खोलीनंतरच जर काही सापडलं तरच पुरातत्त्व विभाग कायद्याप्रमाणे त्यात लक्ष घालू शकतो, एरवी नाही. त्यांनी सर्व वस्तूंची खात्री करून एक यादी केली व तो ऐवज एका खोलीत ठेवून खोली कुलूपबंद केली. त्यातून दोन गोष्टी उघड झाल्या. एक तर त्या सर्व वस्तूंवर गहाण ठेवणाऱ्याचा नाव, पत्ता वगैरे पूर्ण तपशील नोंदला होता व ते सर्व व्यवहार १९३९ पूर्वी झालेले होते!

जिल्हाधिकाऱ्यांनी त्या कुटुंबाला सल्ला दिला की, त्यांनी ही गोष्ट आयकर खात्याच्या कानी घालावी. त्याबाबतीत सल्ला घ्यायला म्हणून ती मंडळी माझ्याकडे आली! वडील, धाकटा मुलगा, सूनबाई व त्यांचा रत्नागिरीचा आयकर सल्लागार असे सर्व आले होते. मी त्यांना म्हटलं, 'आयकराची काही अडचण येणार नाही असं मला वाटतं. कारण हे सर्व १९३९च्या पूर्वीचं आहे. याचा पुरेसा पुरावा उपलब्ध आहे आणि तो सरकारी अधिकाऱ्यांनाच सापडला आहे. शिवाय दागिने, वस्तू वगैरे गहाण म्हणून ठेवले असल्यामुळे त्याची किंमत (आजच्या बाजारभावाप्रमाणे!) उत्पन्न म्हणून धरता

येणार नाही. शिवाय त्यावर तपशील असल्यामुळे ते आज कुठलीही कारवाई करू शकणार नाहीत. पण संपत्तीकराचा प्रश्न मात्र येऊ शकतो. मी त्यांना म्हटलं, तुम्ही मला दोन दिवस द्या. काय करायचं ते मी तुम्हाला ठोसपणे सांगू शकेन.

मी वडिलांना विचारले, तुम्हाला काही रक्कम उभी करता येईल का? ते म्हणाले, हो. मी त्यासाठीच दोन दिवस मुंबईत थांबणार आहे. मला तुम्ही अंदाज द्या. त्या वेळी आयकराच्या दरापेक्षा संपत्तीकराचे दर अगदीच कमी होते. (किमतीच्या ३ ते ४ टक्के) कर सल्लागार म्हणाले, मी रत्नागिरीला जाऊन दोन दिवसांत परत येतो.

मी दुसऱ्या दिवशीच पुण्याला गेलो व आयकर आयुक्त प्रधान यांची भेट घेतली. त्यांना मी सर्व हकीकत सांगितली व सुचवलं की आम्ही आपणहून स्वेच्छेने ८ वर्षांचा संपत्तीकर एकरकमी भरतो. आपण तो स्वीकारावा आणि आयकर व संपत्तीकर कायद्याप्रमाणे व्याज व दंड आकारू नये.

त्यांनी त्यांचे आयकर अधिकारी कृष्णन यांना बोलावून घेतलं व सांगितलं, यांचं म्हणणं ऐकून घ्या आणि मला अहवाल द्या.

मी नंतर कृष्णनसाहेबांबरोबर जवळ जवळ दोन तास चर्चा केली व त्यांना माझं म्हणणं समजावून सांगितलं. त्यानिमित्ताने माझी एका हुशार अधिकाऱ्याशी ओळख झाली. (पुढे आमची घट्ट मैत्रीच झाली.)

कृष्णनसाहेब मला म्हणाले, मला तुमचं म्हणणं पटतंय. तुम्ही करभरणा केव्हापर्यंत करू शकाल?

मी म्हटलं, तीन-चार दिवसांत करू शकेन.

आम्ही दोघंही मग प्रधानसाहेबांना भेटलो व त्यांच्या कानावर कृष्णनसाहेबांनी आमच्या बोलण्याचा सारांश घातला. आधी कृष्णनसाहेबांनी मला एक महत्त्वाची गोष्ट सांगितली होती. ते म्हणाले, स्वेच्छा उत्पन्न/संपत्ती प्रकटन योजना चालू आहे. पण त्याला मिळणारा प्रतिसाद जरा थंडच आहे. त्यामुळे तुमचं प्रपोजल मान्य होईल असं वाटतं.

प्रधानसाहेबांनी (अत्यंत सहृदय व हुशार आयकर आयुक्त) मला एवढंच विचारलं की, हे सगळं किती दिवसात करू शकाल, असं तुम्हाला वाटतं? मी म्हटलं ३-४ दिवसांत करतो सर!

त्याच दिवशी संध्याकाळी मी मुंबईला परतलो व दुसऱ्या दिवशी वडिलांना व माझ्या स्टेनोला घरी बोलावलं. सुदैवाने त्यांचा सल्लागार पण बरोबर आला. वडील मला म्हणाले, तुम्ही सांगितलेल्या पैशाची मी सोय केली आहे. मी त्यांना पुण्यातच पैसे भरून कृष्णन यांना भेटा असं सांगितलं. त्यांना सर्व माहीत आहे, ते मदत करतील.

तसेच रत्नागिरीच्या जिल्हाधिकाऱ्यांच्या कानावरपण ही गोष्ट घाला असंही सांगितलं.

चौथ्या दिवशी त्यांच्या सल्लागाराचा फोन आला (त्या वेळी ट्रंककॉल करावा लागायचा.) व ते उत्साहात म्हणाले, "साहेब, सगळं व्यवस्थित झालं. कृष्णनसाहेबांची खूपच मदत झाली." डोक्यावरचं मोठ्ठं ओझं उतरलं!

मलाही खूप बरं वाटलं. या सर्व चर्चेच्या वेळी सूनबाई गप्पच होत्या. पण मला नंतर असं कळलं की त्या त्यांचा हिस्सा घेऊन लंडनला गेल्या, पण संपत्तीकराची सर्व रक्कम त्यांनी पूर्ण अदा केली.

त्यानंतर मी त्या कुटुंबाबद्दल काहीच ऐकलं नाही. पण सुमारे १५ वर्षांनंतर एकदा मी प्रभात रस्त्यावरून परत माझ्या घरी यायला निघालो होतो. माझ्यासमोर एक मध्यमवयीन गृहस्थ येऊन उभा राहिला आणि म्हणाला, "साहेब मी... मी काही त्याला एकदम ओळखलं नाही." तो म्हणाला, "मी चिपळूणचा... खूप वर्षांपूर्वी आम्ही तुमच्याकडे आलो होतो. माझे वडील नेहमी सांगायचे तुमची किती मदत झाली ते." मग मला तो सर्व घटनाक्रम आठवला. मी विचारलं, "कसे आहेत तुमचे वडील?" "साहेब, वडील चार वर्षांपूर्वीच वारले."

तो म्हणाला, "पण साहेब, आम्ही आता सगळे समाधानी आहोत. वहिनी तिला पाहिजे ते घेऊन गेली. माझी आई आणि बायको म्हणाली की, असली संपत्ती आपल्याला नको. म्हणून आमच्या वाट्याला जे आलं ती सर्व संपत्ती संगमेश्वरमधल्या एका सेवाभावी संस्थेला देऊन टाकली. मलाही 'सँडविक एशिया' या प्रसिद्ध कंपनीत नोकरी मिळाली. आम्ही सगळेच समाधानी आहोत!"

त्यानंतर अचानक त्याने मला रस्त्यात वाकून नमस्कार केला व म्हणाला, "मनापासून धन्यवाद, सर!" मला क्षणभर अवघडल्यासारखं झालं, पण तो लगेच निघूनही गेला. मला या विलक्षण कुटुंबाला सादर प्रणाम करावासा वाटला!

मी मनातल्या मनात त्याला आणि त्या दोन्ही माउली यांना साष्टांग नमस्कार घातला.

❐❐

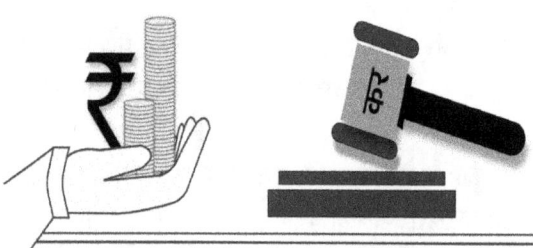

तेजस्वी तत्त्वज्ञ

ही एक केस अशी होती की, जी माझ्याकडे आली तेव्हा अतिशय अवघड व अशक्य वाटत होती. केस होती रजनीश फाउंडेशनची! रजनीश फाउंडेशन ही आचार्य रजनीशांच्या शिष्यांनी स्थापना केलेली एक सेवाभावी संस्था होती (आता तिचं नाव 'निओ संन्यास फाउंडेशन' आहे!) त्यांचा मुख्य उद्देश रजनीशांचे तत्त्वज्ञान आणि धार्मिक शिकवण यांचा प्रसार करणे हा होता.

यात 'इतर तत्त्वज्ञ' असाही उल्लेख होता. हा प्रसार, व्याख्याने, शिबिरे, ध्वनिफिती, पुस्तकं यांतून करावयाचा होता. यात योग आणि मनःशांतीसाठी करावयाचे ध्यान-चिंतन याचाही प्रमुख उद्देशात समावेश होता. याला लोकांकडून विशेषतः परदेशी लोकांकडून प्रचंड प्रतिसाद मिळाला व थोड्याच अवधीत रजनीश आश्रम प्रसिद्ध व आकर्षक वास्तू म्हणून ओळखला जाऊ लागला.

सामान्य भारतीयांना मात्र आचार्य रजनीश फारसे रुचले नसावेत. त्याचं प्रमुख कारण म्हणजे प्रसार माध्यमांनी रजनीशांच्या शिकवणुकीचं केलेलं विद्रूपीकरण! त्यांच्याबद्दल शहानिशा न करता व समजून न घेताच बऱ्याच अफवा व दंतकथा पसरवल्या गेल्या. 'टाइम्स'सारख्या प्रतिष्ठित व वजनदार वृत्तपत्र समूहानेदेखील असे लेख व छायचित्र संदर्भाशिवाय प्रसिद्ध केले.

आयकर खात्याने स्पष्ट भूमिका घेतली की रजनीशांचं तत्त्वज्ञान आणि भक्तीची शिकवण ही धार्मिक आणि भारतीय संस्कृतीच्या विरुद्ध आहे. त्यामुळे रजनीश

आचार्य रजनीश

फाउंडेशन ही सेवाभावी किंवा धर्मादाय संस्था होऊच शकत नाही. मग भले तिचे भोगवादी विदेशी लोकांना आकर्षण कितीही वाटू देत!

माझ्या पुढची अडचण ही होती की, आधीच्या वर्षी ट्रायब्युनलने विरुद्ध निकाल दिला होता. त्यातून बाहेर पडायचे तर काहीतरी नवीन मुद्दा जो आधीच्या ट्रायब्युनलने विचारात घेतला नसेल असा मुद्दा मांडायला पाहिजे होता. अपसमज, गैरसमज व अफवा यांचाही सामना करावयाचा होता. शिवाय आधीच्या वर्षाचा कर भरायचा होता. त्या वेळी रजनीश स्वतः पुण्यात नव्हतेच तर ओरेगाव या अमेरिकेतील ठिकाणी वास्तव्यास होते. त्यामुळे त्यांचं भारतातले उत्पन्नही कमी झालं होतं.

सगळ्यात मोठी अडचण (अगदी मोकळेपणाने सांगायचं तर!) ही होती की मी स्वतःही कधी रजनीश समजून घ्यायचा किंवा वाचायचा प्रयत्न केला नव्हता. मलाही फक्त अफवा आणि वर्तमानपत्रीय प्रसिद्धी एवढीच माहिती होती. मग मी ठरवलं की, जर मला ह्या माझ्या अशिलाला न्याय द्यायचा असेल तर मला रजनीशांच्या तत्त्वज्ञानाचा पूर्ण अभ्यास केला पाहिजे.

त्यानंतरच्या माझ्या पुण्याच्या दर आठवड्याला होणाऱ्या नियमित खेपेमध्ये मी ठरवून एक दिवस तीन ते चार तास रजनीश आश्रमात जाऊन बसू लागलो. त्या वेळचे आश्रमाचे व्यवस्थापक स्वामी स्वभाव, यांनी मला रजनीशांचं वाचनालय खुलं करून दिलं आणि मी अधाशासारखी त्यांची पुस्तकं वाचायला सुरुवात केली. मला जणू कुबेराचा खजिनाच खुला झाला होता. त्यातल्या *'ए टु झेड'* या पुस्तकाची मला केस चालवताना खूपच मदत झाली. कारण मुळाक्षरांनुसार रजनीशांचं प्रत्येक विषयावरील मत/टिपणी त्यात फारच नीट, नेमकेपणाने मांडली होती.

त्यानंतर मी ठरवलं की जुनं ओझं उतरवून टाकावं म्हणजे मला ट्रायब्युनलला नव्याने विचार करायला सांगता येईल. कराचा बोजा लाखो रुपये होता. मी त्या वेळचे विश्वस्त स्वामी जयेश, स्वामी चितेन यांच्यापुढे एक प्रस्ताव ठेवला. त्या वेळी भारताची परकीय गंगाजळी आटली होती. १९६६मध्ये रुपयाचे अवमूल्यन झालं होतं. प्रस्ताव कराचा

बोजा विदेशी चलनात भरण्याचा होता. बहुसंख्य भक्त विदेशी असल्यामुळे विश्वस्तांनी लगेच होकार दिला. त्यानंतर मी विश्वस्त निधीचा दस्तऐवज (ट्रस्ट डीड) बदलला व त्यात शिकवण / तत्त्वज्ञान या मूळ उद्देशाऐवजी (जगातील) नामवंत तत्त्वज्ञांचे तत्त्वज्ञान / शिकवण आचार्य रजनीशांसह असा बदल केला. तो मी त्या वेळच्या पुण्याच्या आयकर आयुक्त उषा सवारा यांच्यापुढे ठेवला. त्यांना मी कसे बदल केले ते समजावून सांगितलं व म्हटलं की निदान यापुढे तरी आयकर खात्याला हरकत असू नये, अनेक वर्षं न्यायालयापुढे खटला प्रलंबित आहे. त्याचे परिणाम आम्ही भोगायला तयार आहोत. (खरं तर एकच वर्ष ट्रायब्युनलपुढे प्रलंबित होतं.). मग मी माझा हुकमी बाण सोडला. मी म्हटलं, "आणि मॅडम, जी काही टॅक्सची मागणी आहे, ती सर्व आम्ही एकरकमी भरतो आणि तीही परकीय चलनात!

या प्रस्तावावर मॅडमचे डोळे लकाकले. त्या म्हणाल्या, "इनामदार, हा फारच चांगला प्रस्ताव (प्रपोजल) आहे. मला पूर्ण पटलं आहे. फक्त मला दिल्लीला जाऊन 'सेंट्रल बोर्ड ऑफ डायरेक्ट टॅक्सेस' (सीबीडीटी बोर्ड) ची परवानगी घ्यावी लागेल. माझी इच्छा आहे की, तुम्हीपण माझ्याबरोबर यावे!" मी म्हटलं, जरूर येईन.

आम्ही ठेवलेला प्रस्ताव बोर्डाने तसाच्या तसा मान्य केला! त्यानंतर मी केसच्या सुनावणीसाठी तयारी करायला सुरुवात केली. माझ्या पुढची सगळ्यात मोठी अडचण – आधीच्या वर्षाचा निकाल माझ्याविरुद्ध लागला होता, ही होती आयकर कायद्यामध्ये एक तत्त्व नेहमी पाळलं जातं – ज्याला लॅटिन भाषेत Res Judicata म्हणतात – याचा अर्थ असा की, 'एखाद्या केसचा निकाल लागलेला असेल तर त्याच दर्जाचे न्यायपीठ (Legal authority of the same level.) त्यांचं स्वतःचं मत वेगळं असलं तरी वेगळा निकाल देऊ शकत नाही!' अर्थात या नियमाला काही अपवाद आहेत.

उदाहरणार्थ, आधीच्या खंडपीठाने काही मुद्दयांचा विचार केला नसेल किंवा एखादा महत्त्वाचा पैलू विचारातच न घेता निकाल दिला असेल तर तेच न्यायालय पुढच्या वर्षी तो पैलू विचारात घेऊन वेगळा निकाल देऊ शकतं. मी यातून सुटकेचा मार्ग शोधत होतो. निकराने प्रयत्न करीत होतो आणि एक दिवस जुनं निकालपत्र वाचता-वाचता नशीब प्रसन्न झालं.

या आधीच्या ट्रायब्युनलच्या निकालपत्रात मला एक वाक्य सापडलं. ते असं होतं, 'या केसमध्ये मुख्य मुद्दा आहे की, रजनीशांचे तत्त्वज्ञान/शिकवण ही सर्व सामान्य जनतेच्या हिताची किंवा फायद्याची आहे की नाही? परंतु त्यांचं तत्त्वज्ञान किंवा शिकवण काय आहे, याबद्दल आम्हाला कुणीच काही सांगितलेलं नाही.' अगदी आयकर अधिकाऱ्यांपासून ते दोन्ही बाजूच्या वकिलांपर्यंत कोणीच त्यावर काही बोललं

नाही! मला बुडत्याला परत एकदा हा काडीचा आधार मिळाला.

मी जेव्हा केस चालवायला उभा राहिलो तेव्हा सुरुवात अशी केली, "युवर ऑनर, मला हे कबूल केलं पाहिजे की, आधीच्या वर्षाचा निकाल माझ्या विरुद्ध लागला आहे आणि हे माहीत आहे की, Res Judicata चं तत्त्व लावलं, तर या निकाल माझ्या विरुद्धच द्यावा लागणार! मी कोर्टाचा अमूल्य वेळ वाया घालवू इच्छित नाही."

त्यानंतर मी २५-३० सेकंद मुद्दामच थांबून त्यांची काही प्रतिक्रिया येते का ते पाहिलं आणि लगेचच जोरकसपणे म्हटलं, "पण युवर ऑनर, कोर्टात कोरडी तत्त्व नाहीत तर न्याय महत्त्वाचा असतो आणि ट्रायब्युनलचं तर बोधवाक्यच आहे : सुलभ न्याय; सत्वर न्याय!"

त्यानंतर मी त्यांना आधीच्या ट्रायब्युनलचे हे वाक्य वाचून दाखवलं व म्हटलं की, "आपली परवानगी असेल तर आचार्य रजनीशांचं तत्त्वज्ञान वा शिकवण काय आहे ज्याबद्दल न वाचताच बरेच गैरसमज पसरवले गेले आहेत, त्याबद्दल मी विवेचन करू इच्छितो!"

ज्येष्ठ सभासद म्हणाले की, "इनामदार, आम्ही तुम्हाला या मुद्द्यावर अडवणार नाही. आम्हालाही ते जाणून घ्यायची इच्छा आहे. फक्त तुम्ही मुद्देसूद बोलावं अशी अपेक्षा आहे." त्यानंतर सुमारे अडीच दिवस मी फक्त रजनीशांच्या विचारांवर बोललो. मी केसची सुरुवात करताना असेही म्हणालो की, हे ट्रायब्युनल केसकडे नि:पक्षपातीपणे बघेल. कुठलेही समज, गैरसमज, अपसमज वा पूर्वग्रह आड न येऊ देता मला न्याय मिळेल.

'सर, इंग्रजीत एक वाक्प्रचार आहे, With malice towards none, with charity for all... 'इथं तर काय ही एका चॅरिटेबल ट्रस्टचीच केस आहे.' कोर्ट रूममध्ये हास्याची एक लकेर पसरली. ट्रायब्युनलपुढे मी आणखीही एक गोष्ट केली होती की जी १०० टक्के खरी नव्हती. पण मी स्वत:ला समजावलं की, हे फक्त अपसमज व पूर्वग्रह दूर करण्यासाठी करतो आहे. यात कुणालाही फसवायचा हेतू दूरान्वयानेही नाही. मी काही संच तयार केले होते. वेगवेगळ्या विषयांची अनेक कात्रणं ठेवली होती, त्यातलीमेख म्हणजे मी कात्रणावरती ते कुणाचे आहे हे लिहिले नव्हते. जेणेकरून ट्रायब्युनलचा समज व्हावा की, ही सगळी रजनीशांचीच मते आहेत.

मुद्दा विशद करताना मी पहिलाच उतारा वाचायला सुरुवात केली व अर्ध्यापेक्षा थोडा अधिक वाचून होतो न होतो, तोच कनिष्ठ सभासद उत्तेजित होऊन म्हणाले, "बघा... बघा, इनामदार, आम्ही म्हणत होतो ते हेच की, असली मतं भारतीय संस्कृतीला मान्य होणेच शक्य नाही." मी थोडं आश्चर्याने हातातल्या कात्रण-संचाकडे पाहिले आणि

शक्य तेवढा विशाद चेहऱ्यावर आणून, मान झुकवून म्हटलं, "मी अगदी मनापासून क्षमा मागतो युवर ऑनर, माझ्या हातून फार मोठी चूक झालेली दिसते. आपल्याला दिलेल्या कॉपीमध्ये उतारा कुठल्या व कुणाच्या पुस्तकातून घेतला आहे हे लिहिलेलं दिसत नाही." वास्तविक मी आत्ता वाचलेला उतारा हा आपले माजी राष्ट्रपती सर्वपल्ली राधाकृष्णन यांच्या पुस्तकातून घेतलेला आहे.

ते पुढे काही बोलण्याच्या आतच मी त्यांना दोन कॉपीज दिल्या (ज्या मी तयारच ठेवल्या होत्या.) व तोंडभरून परत क्षमा मागितली. ज्येष्ठ सदस्य करड्या आवाजात म्हणाले, "मि. इनामदार, या पुढे हे असं चालणार नाही. आम्ही हा कोर्टाचा अपमान समजू." पण हे म्हणताना सुद्धा त्यांच्या चेहऱ्यावर एक मंद स्मित होतं आणि मी चेहऱ्यावर शक्य तेवढा खजील झाल्याचा भाव ठेवला, पण मला कळत होतं की मी परिणाम साधला आहे! ट्रायब्युनलपुढे केलेल्या या सर्व खटपटीचं यश एवढंच की, दोन सभासदांमध्ये मतभेद झाले व कायद्याप्रमाणे तिसऱ्या श्रेष्ठ सभासदांकडे केस वर्ग करण्यात आली. तिसरे सभासद म्हणून आर. व्ही. ईश्वर या अत्यंत हुशार व सज्जन गृहस्थांची नेमणूक झाली. (पुढे ते ट्रायब्युनलचे अध्यक्षही झाले!) त्यानंतर ते दिल्ली हायकोर्टाचे न्यायाधीश या पदावरून निवृत्त झाले. सुनावणीदरम्यान त्यांनी मला विचारलं की, "इनामदार त्यांची मतं किंवा तत्त्वज्ञान- तुम्ही जे म्हणाल ते पारंपरिक भारतीय जनतेला कितपत मानवणारं आहे?"

मी या प्रश्नाची वाटच पाहत होतो. दोनच दिवसापूर्वी मी 'टाइम्स ऑफ इंडिया' या वर्तमानपत्रात एक बातमी वाचली होती आणि त्याचं कात्रण कापून ठेवलं होतं. बातमी अशी होती की, दिल्लीच्या प्रगती मैदानावर पुस्तकांचं जागतिक प्रदर्शन भरलं होतं. त्यामध्ये सर्वाधिक विकली गेलेली पुस्तकं रजनीशांची होती! त्यांच्या हाती जे कात्रण देऊन मी म्हणालो, "युवर ऑनर, कदाचित तुम्ही रजनीशांच्या मतांशी सहमत होणार नाही. कदाचित मीही सहमत होणार नाही, पण सामान्य जनतेला (मोठ्या संख्येने) त्यात रस असेल किंवा जाणून घ्यायची इच्छा असेल तर व त्यासाठी ते पुस्तकं विकत घेत असतील तर, त्यांच्या मतालाही मान दिला पाहिजे. भले त्यामुळे समाजात त्या मताबद्दल वादविवाद होत असले तर तेही जनतेच्या फायद्याचंच आहे!"

ट्रायब्युनलपुढे आणखी दोन गोष्टी घडल्या होत्या. तोपर्यंत रजनीशांना आचार्य रजनीशांपासून भगवान रजनीश अशी बढती मिळाली होती. खंडपीठातील कनिष्ठ सभासदांनी किंचित कुत्सितपणे विचारलं, "इनामदार, कुणी स्वतःला भगवान म्हणवतो, हे कितपत योग्य आहे.?" मी ही संधी साधली व म्हणालो, "युवर ऑनर, आपला पूर्ण मान ठेवून मी असं उत्तर देतो की हा प्रश्न मी जो मुद्दा परत परत मांडू इच्छितो की,

रजनीशांबद्दल मतं ही गैरसमजुतीतून, पूर्वग्रहातून व त्यांचं लिखाण न वाचताच बनवली जातात, तेच सिद्ध करतो.

उदाहरणार्थ, माननीय सभासदांनी 'भगवान' असा उच्चार केला. परंतु रजनीशानी त्यांच्या पुस्तकातून हे स्पष्ट केले आहे. हा शब्द भगवान नसून 'भागवान' (भाग्यवान याअर्थी) आहे!" त्यानंतर मला कोर्टात जी शांतता पसरली ती बघता मला त्यावर शोले चित्रपटातील *'इतना सन्नाटा क्यू है भाई'* हा संवाद आठवला.

दुसरा एक प्रश्न - त्याचं उत्तर नशिबानंच मला ऐनवेळी सुचलं. म्हणजे रजनीश त्यांच्या दृष्टीने हिंदू धर्माचाच प्रचार करतात असं का म्हणू नये? मी काय उत्तर द्यावं या विचारात होतो आणि माझी नजर माझ्या समोरच्या पत्रावर पडली. ते पत्र रजनीश फाउंडेशनने त्यांच्या लेटरहेड वर ट्रायब्युनलला लिहिलेलं पत्र होतं. त्या वेळी अशा पत्रांवर प्रत्येक पानावर रजनीशांचं एक वाक्य लिहिलेलं असायचं. मी लगेच त्या पत्राकडे सभासदांचे लक्ष वेधले आणि म्हणालो, "आपल्या प्रश्नांचं उत्तर इथे आहे. इथे म्हटलं आहे की, मी धार्मिक आहे पण माझा कुठल्याही धर्मावर विश्वास नाही! (I don't believe in any religion but I am religious.)" मी माझ्या जवळचा ऑक्सफर्ड शब्दसंग्रह काढून तातडीने 'रिलीजस' या शब्दाचा अर्थ काढून दाखवला. तो होता – 'भक्ती आणि विवेका'ने – devotion and with scrupulousness आणि म्हटलं, "युवर ऑनर, माझ्या मते संदर्भाप्रमाणे हाच अर्थ अभिप्रेत आहे. 'धर्म' हा शब्द संस्कृतमध्ये इतक्या मर्यादित व शाब्दिक अर्थाने वापरला जात नाही. कारण भगवद्गीतेमध्ये 'धर्म' हा शब्द पृथ्वीतलावर हिंदू, मुसलमान, ख्रिश्चन, बौद्ध, इसाई हे धर्म स्थापन व्हायच्या आधी वापरला गेला आहे!"

हायकोर्टात झालेल्या सुनावणीची हकीगत सांगण्याआधी माझी रजनीशांशी जी प्रत्यक्ष भेट झाली त्याबद्दल सांगायला आवडेल.

एके दिवशी स्वामी स्वभाव यांचा मला फोन आला. ते म्हणाले की "ओरेगावमध्ये झालेल्या काही गोष्टींमुळे रजनीशांनी अमेरिका सोडली आहे आणि ते वेगवेगळ्या देशात फिरत आहेत. ते अमुक तारखेला मुंबईत २ दिवस मुकाम करणार आहेत. तर तुम्हाला त्यांना भेटायला आवडेल का?" मी उत्तेजित झालो आणि म्हणालो "नक्कीच आवडेल." रजनीश जुहू येथील एका बंगल्यात उतरले होते. त्यांचं मंत्रमुग्ध करणारे प्रवचन संपल्यावर, स्वामी स्वभाव मला त्यांच्या जवळ घेऊन गेले व ओळख करून दिली. "हे इनामदार, आपले इन्कमटॅक्स वकील आहेत!"

रजनीशांनी माझ्याकडे रोखून पाहिलं आणि ते म्हणाले, "आयकर खात्याचा माझ्यावर एवढा का राग आहे? माझ्या जीवावर का उठले आहेत?" मी हसलो आणि

म्हणालो, “त्यांचा मुख्य आक्षेप असा आहे की, आपल्या ट्रस्टचा मुख्य उद्देश आपली मतं / तत्त्वज्ञान यांचा प्रचार व प्रसार करणे हा आहे आणि आपण जिवंत व्यक्ती असल्यामुळे पुढे काय बोलाल-मांडाल ते आज सांगता येणार नाही. ते जर समाजाच्या फायद्याचं नसेल तर...”

रजनीशांच्या डोळ्यांत एक मिश्किल चमक दिसली आणि मला मध्येच थांबवत म्हणाले, “अच्छा, म्हणजे मी त्यांना जिवंत राहायला नको आहे का? मग तुमचं उत्तर काय आहे?” मी म्हणालो, “आपल्या उद्देश कलमात ‘प्रीचिंग’ हा शब्द वापरला आहे. मी त्यांना ‘प्रीचिंग’ आणि ‘अटरन्स’ (उपदेश की सहज बोलले वाक्य) यातील फरक दाखवून देणार आहे. प्रीचिंगचा अर्थ जाहीरपणे नैतिक किंवा धर्मसूत्रे मांडणे हा आहे. हे पण दाखवून देणार आहे. त्यांनी माझ्या खांद्यावर हात ठेवला आणि ते म्हणाले, ‘चालू द्या’ (Go Ahead!) मला तो आशीर्वाद वाटला!

हायकोर्टात केस उभी राहिली तेव्हा खंडपीठावर जे न्यायाधीश होते, त्यांची नावं वाचून मी जरा हिरमुसलोच. न्या.एस.राधाकृष्णन – कपाळावर आडवं गंध लावणारे व परंपरावादी दिसणारे दक्षिणी ब्राह्मण; तर दुसरे न्या. जे. एस. भाटिया – पंजाबी शीख! यांना रजनीशांची मतं कशी पटवायची? जवळ-जवळ अशक्यप्राय गोष्ट वाटत होती ही, पण दोघंही अत्यंत हुशार व न्यायी न्यायमूर्ती होते.

मी माझा पहिला बेत जरा बदलला आणि माझ्यासमोरच्या टेबलावर रजनीशांची इतर धर्मांची शिकवण व तत्त्वे तपशीलवारपणे मांडणारी इस्लाम, बायबल, बुद्ध, गुरुग्रंथ साहिब भगवद्गीता वेदांत यावरची पुस्तकं ठेवली व सर्वात वरती गुरुनानकांवरील रजनीशांचं पुस्तक ठेवलं. त्यानंतर रजनीशांच प्रसिद्ध वाक्य “मी नवीन काहीच सांगत नाही आहे, हे सगळं गौतम बुद्धांनी आधीच म्हणून ठेवलं आहे.” हे उद्धृत केलं आणि पहिला संपूर्ण दिवस वेगवेगळ्या पुस्तकांतून दाखले देत आचार्य रजनीश गौतम बुद्ध व झेन यांचेच विचार कसे वेगळ्या पद्धतीने मांडत आहेत ते दाखवायचा प्रयत्न केला. यात वर उल्लेखिलेल्या या तीन खंडातील पुस्तकांचा संच मला फार उपयोगी पडला.

माझी स्ट्रॅटेजी यशस्वी झाली कारण पहिल्या दिवसाच्या शेवटी न्या. भाटिया गुरुनानकांवरील पुस्तकाकडे बोट दाखवून मला विचारलं,“हे पुस्तक मी घरी घेऊन जाऊ शकतो का? दोन दिवसांत परत करीन!” मी ताबडतोब अर्थात ‘युवर लॉर्डशिप’ असं म्हणत पुस्तक त्यांच्या हाती दिलं. न्या. राधाकृष्णन यांनीही त्यातलं एक पुस्तक निवडलं आणि ते म्हणाले, “मी ही हे पुस्तक घेऊन जातो. उद्या परत करीन.” दुसऱ्या दिवशीही मी त्याच पद्धतीने केस चालू ठेवली पण माझ्या लक्षात आलं की कालच्या मानाने आज प्रश्न कमी विचारले गेले आहेत. तिसऱ्या दिवशी ती तारीख होती २५ जुलै

२००६. दीड-दोन तास अर्ग्युमेंटस् झाल्यावर दोघा न्यायमूर्तिमध्ये काही चर्चा झाली. त्यानंतर न्या. राधाकृष्णन यांनी मला विचारलं, “माझा एक प्रश्न आहे, रजनीशांच्या विचारांचा, शिकवणुकीचा किंवा तत्त्वज्ञानाचा तुम्ही जो प्रचार अणि प्रसार करता ती पुस्तकं, ध्वनिफिती, व्याख्यान, योगा व ध्यानधारणा शिबिरे, चित्रफिती यांच्या विक्रीमार्फत करता. मग तुम्ही आणि सामान्य दुकानदार यांत काय फरक आहे?”

मी म्हटंलं, “माय लॉर्डस्, एक मोठा फरक आहे. सामान्य दुकानदार रोज जमलेला गल्ला दुकान बंद करून स्वतःच्या खर्चासाठी घरी घेऊन जाऊ शकतो. मी तसं कायद्याने करू शकत नाही.”

मी त्यांचं लक्ष हमदर्द दवाखाना या केसच्या व इतर निर्णयांकडे वेधलं. मला ते पैसे माझ्या उद्दिष्टावरच खर्च करण्याचं बंधन आहे. शिवाय मी म्हणालो, “धर्मादाय (Charity) म्हणजे सर्व काही फुकट करणे किंवा देणे असा नाही. नफा मिळवणे नव्हे तर नफेबाजी निषेधार्ह आहे. उत्पन्न किंवा नफा मिळण्यास बंदी असती तर अशा उत्पन्नावर करमाफीची जरूरच काय होती? कारण नफा किंवा उत्पन्न नसेल तर करमाफी कशाची? ‘चॅरिटी म्हणजे फक्त भीक नव्हे,’ Eleemosynary principle is not the essence of charity. आयकर खात्याच्या वतीने डॉ.डॅनियल यांनी उत्तर देण्याचा प्रयत्न केला पण अर्ध्या-पाऊण तासातच न्या.राधाकृष्णन यांनी असोशिएटला (कोर्ट ऑफिसर) स्टेनोला बोलावण्याची खूण केली. त्याचा अर्थ माहीत असल्यामुळे डॉ.डॅनियल माझ्याकडे बघून हसले व खाली बसले. न्यायमूर्ती त्यांचे मत नक्की झाल्याशिवाय तशी खूण करत नाहीत. निर्णय आमच्या बाजूने लागला. त्या दिवशी आम्ही जवळ-जवळ चार वाजता ताजमध्ये जाऊन जेवण घेतले. दुसऱ्या दिवशी म्हणजे २६ जुलै २००६ला मुसळधार पावसामुळे अखखी मुंबई जलमय झाली होती व पाण्यावर तरंगत होती. मी मात्र पुन्हा एकदा आनंदाच्या व कृतज्ञतेच्या लाटांवर तरंगत होतो!

❒❒

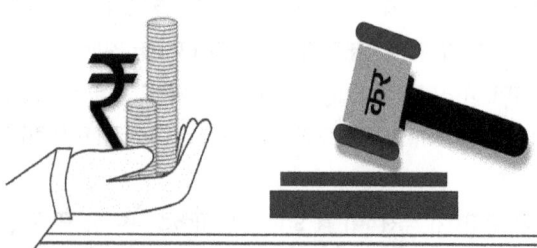

तऱ्हेवाईक तस्कर

ही रूढार्थाने 'केस' म्हणावी अशी नव्हती. म्हणजे, ती कुणापुढे चालवायची नव्हती, पण त्यात आलेला अनुभव विलक्षण होता! त्याचं असं झालं.

१९७४ मध्ये केव्हातरी माझ्या एका बांधकाम व्यावसायिक मित्राचा फोन आला. तो म्हणाला, "अरे माझ्या एका इमारतीत एका माणसाने फ्लॅट (सदनिका) विकत घेतला आहे आणि त्याने सर्व रक्कम (३० लाखांपेक्षा अधिक) त्या वेळी रोख रकमेत दिली आहे. मी त्याला बजावलं आहे की, मी ही रक्कम माझ्या बँकेत भरणार आहे."

"मी त्याला तो इन्कम टॅक्स रिटर्न वगैरे भरतो का, विचारल्यावर तो म्हणाला, "मी वन्यजीवन छायाचित्रकार (wildlife photographer) आहे आणि बहुतेक वेळा माझा मुक्काम जंगलामध्ये असतो. त्यामुळे या गोष्टी मला माहीतही नाहीत. माझी बहुतेक कामं ही निमसरकारी संस्थांकडून येतात आणि माझे वास्तव्य जंगलात असल्यामुळे मानधन रोखीत मिळते. पण मी काय असेल तो टॅक्स भरायला तयार आहे. मी त्याला तुझा नंबर दिला आहे. त्याला जरा मदत करशील का? कारण मला कुठल्याही भानगडीत पडायचं नाही. त्याचं नाव समीर गांगुली असं आहे आणि एक दोन दिवसात तो तुझ्याकडे येईल."

मी म्हणालो, "ठीक आहे, त्यांना येऊ दे. काय करता येईल ते मी बघतो. मात्र त्यांच्याकडे असतील ती सर्व कागदपत्रं घेऊन यायला सांग."

दोनच दिवसांत एक सावळा, बंगाली (चेहऱ्यावरूनच) दिसणारा गृहस्थ

ऑफिसमध्ये आला आणि म्हणाला, "मी समीर गांगुली." मी त्याला बसायला सांगितलं आणि म्हटलं, "मला तुमची सगळी पार्श्वभूमी सांगा आणि तुमच्याकडची जी कागदपत्रं आहेत ती दाखवा."

त्याने मला सांगितले की, तो फोटोग्राफर आहे आणि वन्य प्राण्यांचे व वन्य जीवनाचे फोटो काढणं ही त्याची खासियत आहे. त्याने काही फोटो व त्याचा जंगलातील प्रवास व वास्तव्य याच्या काही पावत्याही दाखवल्या. मी त्याला विचारलं, "आता तुम्ही मुंबईत स्थायिक होणार आहात का? तरच मुंबईमध्ये इनकम टॅक्स रिटर्न अर्थात आयकर भरण्यात अर्थ आहे. तो म्हणाला, "हो, म्हणूनच मी मुंबईत घर घेतलं. मग मी त्याची आधीच्या सहा वर्षांची कागदपत्रं पाहून उत्पन्न अंदाजाने धरून (थोडं अधिक वाढवून.) कागदपत्रं तयार केली. त्या उत्पन्नातून फ्लॅटमधली गुंतवणूक केली असं म्हणता येईल एवढी काळजी घेतली. सहा वर्षांचा कर देय काढला व त्यात माझ्या फीचा आकडाही धरला. तो मला म्हणाला, "मी यात अगदीच नवखा आणि अनभिज्ञ आहे. तुम्ही माझा कर भराल का?"

मी ही फारसा विचार (खरंतर थोडा मूर्खपणेच) न करता चलने तयार केली. कागदपत्रावर त्याच्या सह्या घेतल्या. त्याने त्यावर गिचमीड अक्षरात सह्या केल्या. पैसे बँकेत टाकले व वेळेत (Returns) दाखल केले व करही भरला!

त्यानंतर काही महिन्यांतच तो फोन करून माझ्या दादरच्या घरी आला. त्या वेळी माझा मुलगा ३-४ वर्षांचा होता. त्याच्याबरोबर तो थोडा वेळ खेळला व त्याला काही फोटो बक्षीस म्हणून दिले. त्यातील एक फोटोत वाघाच्या पाठीवर एक कावळा (किंवा तत्सम पक्षी) ऐटीत बसला होता. जणू काही तो कावळा मालक आहे आणि वाघ त्याचं खाजगी वाहन आहे!

त्या वेळी त्याच्या बरोबर एक बंगाली साडी नेसलेली आणि बंगाली पद्धतीने कुंकू लावलेली स्त्रीही होती. तिचा चेहरा डोक्यावर घेतलेल्या पदराने झाकला होता. तिचे आदरातिथ्य कसं करायचं, या चिंतेने माझ्या बायकोची धांदल उडाली होती. त्याने मला सांगितले की, त्याला आसाम व मणिपूर येथील जंगलात काम करण्याचे कंत्राट मिळाले आहे आणि त्यामुळे तो पुढील वर्षभर तरी परत येऊ शकणार नाही. त्याने माझ्या हातात आणखी काही पैसे (कर व माझी फी) दिले. मी त्याला म्हटलं की, अगदीच जरूर लागली किंवा इन्कम टॅक्सच्या ऑर्डर्स पाठवायला लागल्या किंवा संदर्भासाठी कागदपत्रं पाठवावी लागली तर तुमचा एखादा संपर्क क्रमांक दिलात तर बर होईल." त्याने आमच्या फोनच्या डायरीत गिचमीड अक्षरात एक पत्ता लिहिला. त्यानंतर त्याचा काहीच संपर्क झाला नाही.

त्यानंतर सुमारे तीन वर्षांनी सकाळी मी एका अपिलासाठी कोर्टात जाण्याची तयारी करत होतो. माझा शिपाई माझ्या केबिनमध्ये आला आणि म्हणाला, तुम्हाला भेटायला दोघेजण आले आहेत. मी थोड्या त्रासिकपणेच म्हटलं, त्यांना सांगा, मी कोर्टात निघालो आहे. मला पुन्हा कधीतरी वेळ घेऊन भेटा! असे म्हणेपर्यंत ते दोघंजण अधिकाऱ्याच्या तोऱ्यात आत आले आणि म्हणाले, "मि. इनामदार तुम्ही हे ऑफिस सोडून कुठेही जाऊ शकत नाही." मी जरा चिडूनच म्हटले, "हे माझं ऑफिस आहे आणि मी वकील आहे. केव्हा यायचं आणि केव्हा बसायचं हे मी ठरवतो."

त्यांनी शांतपणे खिशातून ओळखपत्र काढलं आणि माझ्या समोर धरलं. तो मुंबईतील अंमलबजावणी संचालनालय (enforcement directorate) उपसंचालक होता! मी मुकाट्याने त्याला बसायची खूण केली आणि मी ही बसलो. तो करड्या आवाजात म्हणाला, "आम्हाला काही प्रश्न विचारायचे आहेत आणि तुम्ही सहकार्य केलंत, तर ते तुमच्याच हिताचं ठरणार आहे." मि. इनामदार, तुमच्या सगळ्याच क्लाएंटचे कर तुम्ही तुमच्या स्वतःच्या खात्यातून भरता का?"

"नाही!" मी त्रासिकपणेच म्हणालो.

"मग समीर गांगुली हा तुमचा खास क्लाएंट किंवा जवळचा मित्र आहे का? कारण त्याचा कर हा तुमच्या खात्यातून भरला गेला आहे."

माझ्या डोक्यात ट्युब पेटली आणि लख्ख प्रकाश पडला. मग मी त्यांना तपशिलाने सर्व हकीकत सांगितली. तो गृहस्थ माझ्याकडे कसा आला, त्याचा कर मी माझ्या खात्यातून का भरला, त्याने मला सांगितलेली पार्श्वभूमी व त्याला पुष्टीदाखल त्याने मला दिलेली कागदपत्रे, पावत्या, फोटो वगैरे दाखवले. मग अशी स्वतःची फाईल ज्यात माझे बँकेत खाते, त्यात आलेले व त्यातून काढलेले पैसे यांची सविस्तर नोंद होती, हे सगळे दाखवले. इथे माझी सर्व नोंदी नीटनेटकेपणाने ठेवायची सवय कामी आली. त्यात एका 'पेइग स्लिप' (Paying Slip)मध्ये प्रत्येक वर्षीचा कर व मला दिलेली फी याची पूर्ण माहिती होती. त्यानंतर माझ्या स्वतःच्या उत्पन्नाचा तपशील (त्या वर्षीचा) ज्यात त्याने दिलेल्या फीचाही समावेश नावासकट होता-तो दाखवला. त्यानंतर जरी त्यांनी मला अनेक प्रश्न विचारले तरी त्यांचा माझ्याकडे पाहण्याचा दृष्टिकोन थोडा बदलला असल्याचं मला जाणवलं. नंतर ते म्हणाले, "ही फाईल आम्ही घेऊन जात आहोत."

मी नम्रपणे म्हणालो, "साहेब, मी वकील आहे आणि माझ्या अशिलाने दिलेली कुठलीही कागदपत्रं गोपनीयतेच्या विश्वासावर दिलेली असतात. त्याच्या परवानगीशिवाय ती तुम्हाला देणं हे नियमबाह्य तर होईलच पण आमच्या व्यावसायिक नीतिमत्तेचाही भंग करणारं असेल. मी ते असं तुम्हाला देऊ शकत नाही. तुम्ही हा पुरावा

आहे असं म्हणत असला तरी!"

त्यांच्या कपाळावर आठ्या पडल्या व ते गप्प राहिले. पण मी त्यांना लगेच म्हणालो, "पण तुम्ही म्हणालात, तुमचं ऑफिस पंधरा मिनिटांच्या अंतरावर आहे. तुम्ही जर वॉरंट घेऊन आलात तर मी तुम्हाला देऊ शकेन." तो मंद हसला आणि म्हणाला, 'स्मार्ट!' (मला हिंदी चित्रपटातील खलनायक अजित यांचा प्रसिद्ध संवाद आठवला आणि पुढे तो 'बॉय' म्हणाला नाही याचं हसू आलं.)

त्यावर तो म्हणाला, "धन्यवाद, का कुणास ठाऊक पण मला वाटतंय की तुमचा याच्याशी काही संबंध नसावा आणि तुम्ही सांगता ते सगळं खरं वाटत आहे."

मी त्यांना म्हणालो, "पण त्यांनी असं केलं आहे तरी काय?"

ते दोघंही थोडं आरामशीर बसले आणि म्हणाले, "त्याचं खरं नाव शांतीकुमार मुखर्जी आहे आणि तो मोठ्या प्रमाणात तस्करी करतो. पण ही तस्करी सोन्याची नाही, तर तो बँकेचे ड्राफ्ट चोरतो आणि लबाडीने वटवतो. त्याचं यासाठीचं एक खास तंत्र आहे. मदर तेरेसा व इंडियन रेडक्रॉस या संस्थेला आलेल्या देणग्यांचे ड्राफ्टस् गहाळ झाल्याच्या तक्रारी आल्यानंतर आम्ही त्याचा शोध घ्यायला सुरुवात केली. त्याचा खार येथे फ्लॅट होता. आता नाही. तो त्याने रातोरात विकला व आम्ही मागावर आहोत म्हटल्यावर परागंदा झाला आणि तुमच्याकडे तो आला. त्याच्याबरोबर जी बाई होती ती एक कॅब्रे डान्सर आहे व त्याची तस्करीमध्ये भागीदार आहे." मी थक्क झालो. मग ते म्हणाले, "त्याच्याबद्दल तुम्हाला त्याने काही सांगितले का? म्हणजे कुठं जाणार आहे वगैरे?"

मी म्हटलं, "हो, ते मला म्हणाले की, ते आसाम, मणिपूरच्या जंगलात कामासाठी जात आहेत. पण माझ्या आग्रहावरून त्यांनी त्यांचा संपूर्ण पत्ता दिला आहे. तो माझ्याकडे आहे.

ते अधिकारी उत्तेजित होऊन म्हणाले, "उद्या आम्ही तुमच्या घरी येऊन तो बघू शकतो का?" मी 'हो' म्हटलं. त्या आधी त्यांनी मागवलेलं वॉरंट आलं होतं. ते म्हणाले, "तुम्ही या सगळ्या कागदपत्रांची झेरॉक्स कॉपी करून घ्या व तुमच्याकडे ठेवा. उद्या तो समजा आलाच तर तुम्हाला अडचण पडणार नाही." मी त्यांचे मनापासून आभार मानले.

दुसऱ्या दिवशी ते घरी आले. त्या वेळी मी त्यांना ती फोन डायरी दाखवली, ज्यात समीर गांगुलीने स्वतःच्या हस्ताक्षरात त्याचा पुढचा पत्ता लिहिला होता. पाहिल्यावर ते म्हणाले, "आम्ही इथे जाऊन आलो आहोत पण तिथे तो नव्हता. तो परदेशात लपून बसला आहे असा आम्हाला संशय आहे!" उठताना ते म्हणाले, "ह्या डायरीतले हे पान

काढून आम्ही नेऊ शकतो का? का हे मिळवण्यासाठीही तुम्ही वॉरंटचा आग्रह धरणार आहात? आम्हाला त्याचं हस्ताक्षर हवं आहे आणि कारण आज रविवार आहे." मी हसून म्हणालो, "नाही ही माझी स्वतःची डायरी आहे, अशिलाची नाही! तुम्ही नेऊ शकता!"

त्यानंतर दहा-बारा वर्षांत समीर गांगुली, समीर गंगोपाध्याय किंवा शांतीकुमार मुखर्जी जो कुणी असेल, यांपैकी कुणाशीही संपर्कसुद्धा आला नाही. मी हे सर्व जवळजवळ विसरलो होतो. पण तो माझ्या आयुष्यातून गेला नव्हता!

१०-१२ वर्षांनी किर्लोस्कर उद्योगसमूहावर ईडीच्या धाडी पडल्या. मी तातडीने पुण्याला गेलो व शंतनुराव किर्लोस्कर यांच्या 'लकाकी' या बंगल्यावर जाऊन थांबलो होतो. तिथे ईडीचे अधिकारी व किर्लोस्कर समूहाचे वरिष्ठ अधिकारी अशी बरीच मोठी गर्दी जमली होती. त्यातील एक वरिष्ठ अधिकारी माझ्याजवळ आला. मी ताबडतोब त्यांना ओळखले. समीर गांगुलीच्या चौकशीसाठी ते माझ्या ऑफिसमध्ये व घरी आले होते. ते म्हणाले, खरंतर पुटपुटले, "तुमचा मित्र निसटला. आम्ही त्याला नाही पकडू शकलो," असं म्हणून ते वळले आणि त्यांच्या अधिकाऱ्यांकडे निघून गेले. तिथेच ही साठा उत्तराची असफल कहाणी संपली!

❏❏

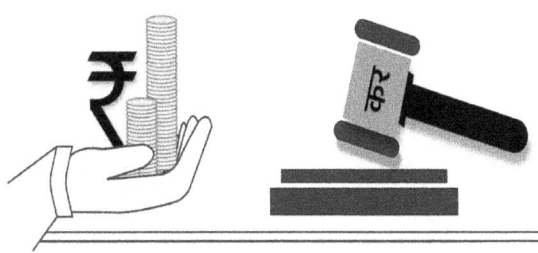

उत्तुंग व्यक्तिमत्त्व : शंतनुराव किर्लोस्कर

पन्नासहून अधिक वर्षांच्या माझ्या व्यावसायिक आयुष्यात मला खूप माणसं भेटली. काही जवळून तर काही आदर्श म्हणून! ती मंडळी विविध क्षेत्रांतली होती. उद्योग, चित्रपटसृष्टी, राजकारण व गुन्हेगारी (या दोन गोष्टी तुम्ही भिन्न मानत असाल तर!) वकील, न्यायाधीश, समव्यावसायिक वगैरे. याबरोबरच काही विलक्षण व्यक्तिमत्त्वाचे पण खूप जवळचे मित्र झालेले हेमंत (नंदू) गोरे सीए, रमेश जांभेकर, मनोहर पाटणकर, शांतिलाल सोनी ह्यांचाही त्यात समावेश होता. पण ज्यांचा माझ्यावर सगळ्यात अधिक प्रभाव पडला. त्यातलं उत्तुंग व्यक्तिमत्त्व म्हणजे उद्योगमहर्षी शंतनुराव किर्लोस्कर.

माझा आयुष्याकडे पाहण्याचा दृष्टिकोन, माझी विचार करण्याची पद्धत, पारदर्शकता, विचारातील स्पष्टता, इतरांशी वागणं व एकूणच आयुष्याला लागलेली शिस्त यावर शंतनुरावांचा कमालीचा प्रभाव पडला आहे. त्यांनी मला औपचारिक असं काही शिकवलं नसेल, पण त्यांच्याकडूनच मी खूप काही शिकलो! त्यांच्या आठवणी मला कायमच प्रेरणा आणि स्फूर्ती देत राहिल्या आहेत.

माझी त्यांच्या बरोबरची पहिली भेटसुद्धा अविस्मरणीय होती. मी नुकतीच ट्रायब्युनलपुढे इन्कमटॅक्सच्या केसेस चालवायला सुरुवात केली होती. यात किर्लोस्कर उद्यागसमूहाच्या आर्थिक बाबी सांभाळणाऱ्या वरिष्ठ अधिकाऱ्यांनी माझ्या सारख्या नवख्या वकिलावर टाकलेला विश्वास हा मी कधीही विसरू शकत नाही. त्यात

अग्रस्थानी शंतनुरावांचे जुने व विश्वासू सहकारी एम. एस. वर्तकसाहेब होते. त्या वेळी 'किर्लोस्कर ऑईल इंजिन्स' (KOEL) ही प्रमुख कंपनी होती. त्या कंपनीची मी एक केस चालवली. तीन-चार वर्षांच्या केसेस एकदम लागल्या होत्या. त्या मी जिंकल्या. त्यामुळे त्यांना बराचसा कर-परतावा एकरकमी परत मिळाला. (ज्यांची त्या वेळी KOEL ला गरज होती.)

वर्तकसाहेबांना भेटायला गेल्यावर ते खूपच खूश झालेले दिसले. अचानक त्यांनी मला विचारले, "तुम्ही शंतनुरावांना भेटला आहात?" मी म्हटलं, "नाही. कधी तशी वेळ किंवा संधी आलीच नाही." ते म्हणाले, "चला, ते मोकळे आहेत का ते बघू या." (त्या वेळी किर्लोस्कर समूहाचे काही वरिष्ठ अधिकारी व स्वतः शंतनुराव हॉटेल ब्लू डायमंडच्या चौथ्या मजल्यावर बसत). सुदैवाने शंतनुरावांना वेळ होता. वर्तकसाहेब मला त्यांच्याकडे घेऊन गेले. त्यांनी ओळख करून दिली. "हे इनामदार, आपल्या इन्कमटॅक्सच्या केसेस सध्या हे हाताळतात." मी ढगांवर तरंगू लागलो. नेमकी अशा वेळी शंतनुरावांशी झालेली माझी पहिली भेट ही माझ्यासाठी विलक्षण समाधान व आनंद देणारा योगायोग होता. वर्तकसाहेबांनी मोठ्या कौतुकाने त्यांना सांगितले. "त्यांनी नुकतीच आपली एक केस जिंकली. त्यामुळे आपल्याला खूप मोठा कर-परतावा (refund) मिळाला आहे."

शंतनुरावांनी डोळे बारीक करून माझ्याकडे पाहिले व ते वर्तकांना म्हणाले, "म्हणजे आपण उगीचच अधिकचा कर भरला होता का?" त्यांच्या या एका वाक्याने ढगांवर तरंगणारा मी क्षणार्धात जमिनीवर आलो पण लगेचच ते मला म्हणाले, "मुद्दा काय होता आणि तुम्ही कोर्टाला कसे पटवले ते जाणून घ्यायची माझी इच्छा आहे!"

मी सर्व हकीगत त्यांना सांगितली. ते अत्यंत लक्षपूर्वक ऐकत होते. त्या वेळी KOEL डिझेल इंजिन निर्यात करत होते व या क्षेत्रात 'किर्लोस्कर' नावाचा दबदबा वाढत होता. त्या वेळच्या सरकारी धोरणाप्रमाणे नफ्यावर करमाफी मिळत होती, परंतु आंतरराष्ट्रीय बाजारात भारतीय माल विकायचा तर तो त्या भावानेच विकावा लागत होता. त्यात नफा मिळणं दुरापास्तच होतं. त्यामुळे सरकारी धोरणांमुळे नुकसान झालं तर त्याची भरपाई म्हणून परदेशी माल आयात करण्याच्या परवानगीच्या स्वरूपात मिळायचे. मग ते लायसन्स बाजारात विकून भारतीय निर्यातदार बक्कळ पैसे मिळवायचे. परंतु त्यातील मेख अशी होती की, कुठला माल आयात करायचे ते लायसेन्स कशाचे असेल, ते सरकार ठरवायचे व ते Import License विकता येत नसे. तो माल निर्यातदाराच्या नावेच आयात केला जायचा व कागदोपत्री निर्यातदाराने तो माल विकला असे दिसायचे. भोंगळ सरकारी कारभाराचा हा टोकाचा नमुना होता. (ज्यावर शंतनुराव

शंतनुराव किर्लोस्कर

खूप पोटतिडिकेने बोलले!) मात्र भारतीय दलाल हुशार होते. ते गिऱ्हाईक शोधून माल आयात करून त्याला विकायचे व मिळालेले पैसे (त्यांची दलाली वजा करून) KOEL ला द्यायचे! या वेळी मिळालेली लायन्सेस ही सुकामेवा या (ड्राय फ्रूट) मालासाठी होती! मी विचार केला की, हा नफा निर्यातीचा नफा मानून त्यावर असलेली कर माफी मागावी. आयकर खात्याने हे म्हणणं तत्काळ फेटाळून लावलं, कारण त्यांचं म्हणणं हा नफा सुकामेवा या पदार्थांवरचा आहे. निर्यात केलेल्या मालावरचा नाही. त्यामुळे करमाफी कशी देता येईल?

मी ट्रायब्युनलपुढे केस मांडताना म्हटलं की माझा धंदा प्राधान्यक्रमाचा उद्योग (Priority Industry) आहे याबद्दल वाद नाही. ही प्रोत्साहनपर रक्कम (Incentive) सरकारी धोरणांनुसार ठरतो. पण तो माझ्या याच धंद्यातील निर्यातीमुळे मिळतो. हे धोरण कसे ठरवायचे किंवा कुठला माल मी आयात करायचा, हेसुद्धा सरकार ठरवते. पण मी या धंद्यातून निर्यात केल्यास व त्यासाठी प्रोत्साहनपर रक्कम म्हणून सरकारकडून मिळणारा जादाचा लाभ आहे. आणि हे तत्त्व सर्वमान्य आहे की, जी प्रोत्साहनपर रक्कम म्हणजे झालेला नफा योग्य तऱ्हेने मिळावा म्हणून दिला जातो, तो त्याच नफ्याचा भाग समजला पाहिजे! याच्या पुष्ट्यर्थ मी ब्रिटिश कोर्टाचे काही दाखले दिले होते.

हे सांगताना शंतनुराव लक्षपूर्वक ऐकत होते. मधूनमधून मानही डोलवत होते. सगळं सांगितल्यावर ते म्हणाले, “तुम्ही चांगला मुद्दा मांडलात! सहज पटण्यासारखा! पण बघा ना! जे आपल्याला स्वाभाविकपणे मिळायला पाहिजे होतं, त्यासाठी तुम्हाला इतकं भांडावं लागलं. केवळ सरकारच्या हट्टापायी!”

आम्ही बाहेर आल्यावर वर्तक मला म्हणाले, “इनामदार, शंतनुरावांची शाबासकी साधी गोष्ट नाही हं!” त्यांच्या चेहऱ्यावर समाधान व आनंद बघून मला बरं वाटलंच, पण शंतनुरावांच्या पहिल्याच भेटीत अशी दाद मिळाली याचा खूप आनंद झाला!

१९८५मध्ये किर्लोस्कर उद्योगसमूहावर ईडीच्या धाडी पडल्या ही बातमी पसरल्यावर देशभर संतापाची लाट उसळली. कारण सामान्य जनतेलासुद्धा शंतनुरावांबद्दल व

'किर्लोस्कर' नावाबद्दल अतिशय आस्था, अभिमान आणि आदर होता. एक स्वच्छ, प्रामाणिक व कार्यक्षम औद्योगिक घराणे म्हणून त्यांची जनमानसात प्रतिमा होती व ती खरीही होती! (मला एक गमतीदार गोष्ट आठवते आहे.)

त्या वेळी विश्वनाथ प्रताप सिंग हे अर्थमंत्री होते. त्यांच्या वार्तालापामध्ये त्यांना एका वार्ताहराने प्रश्न विचारला, तुम्ही किर्लोस्करांवर धाडी का टाकल्या? त्यांनी थोड्या उर्मटपणे उत्तर दिले, धाडी टाकताना मी पत्त्याकडे बघत नाही! ज्या प्रसिद्ध सिनेनटाशी त्यांची जवळीक असल्याचं बोललं जात होतं, त्यांचं नाव घेऊन तो वार्ताहर म्हणाला, 'त्यांचा पत्ता तुम्हाला माहीत नाही वाटतं?' परकीय चलन कायद्याचा भंग केल्याचाही आरोप किर्लोस्कर समूहावर ठेवण्यात आला होता. त्या दिवशी मी पुण्यातच ट्रायब्युनलपुढे होतो. मला किर्लोस्कर कन्सल्टंटचे व्यवस्थापकीय संचालक टिकेकर यांचा निरोप आला (कन्सल्टंटवर धाड पडली नव्हती) की असं असं झालं आहे आणि संध्याकाळी शंतनुराव प्रेस कॉन्फरन्स घ्यायची म्हणताहेत तर तुम्हाला यायला सांगितलंय! त्या वेळी शंतनुरावांचे वय ८० पेक्षा अधिक होते आणि काही महिन्यांपूर्वीच त्यांच्या धाकट्या मुलाचं निधन झालं होतं आणि थोरले चिरंजीव चंद्रकांत गंभीर आजाराने अंथरुणाला खिळून होते. (त्यानंतर त्यांचेही ३१ मार्च, १९८६ रोजी निधन झाले)

त्यामुळे अशा प्रकारची धाड पडणे हा शंतनुरावांना किती मोठा मानसिक धक्का होता, याची मी कल्पना करू शकत होतो. मी लकाकीवर गेल्यावर ते मला म्हणाले, "मी रोजची कामं काही बघत नव्हतो. त्यामुळे आर्थिक व्यवहारांसंदर्भात काही प्रश्न आले तर तुमची एखादे वेळी मदत लागेल म्हणून तुम्हाला बोलावलं." त्यांच्या वरिष्ठ अधिकाऱ्यांनी त्यांना अगोदरच ब्रीफ केलं होतं. शंतनुराव थोडे अस्वस्थ, पण शांत आणि संयमी वाटत होते. वार्तालाप सुरू करताना त्यांचं पहिलंच वाक्य होतं, जर काही आरोप असतील तर त्याचं स्पष्टीकरण पण आहे (If there are allegations, there are explanations.). मग त्यांनी आत्मविश्वासाने सांगितलं की, किर्लोस्कर समूह कुठलेही गैरकृत्य करत नाही, केलेले नाही, कुठलाही कायदा मुद्दामहून मोडलेला नाही. जे प्रमुख आरोप आहेत त्याबद्दल संचालकांच्या अहवालामध्ये पूर्ण माहिती देण्यात आली आहे!

मी या माणसाच्या स्थितप्रज्ञतेपुढे अवाक् झालो होतो. अशा परिस्थितीतही हे इतके शांत व संयमी व स्पष्ट विचारांनिशी कसे बोलू शकत होते, या गोष्टीने मी स्तिमित झालो होतो. शेवटी ते म्हणाले, तपासणी पूर्ण झाली आहे की नाही, मला कल्पना नाही. त्यामुळे मी आपल्याला विनंती करतो की, आज आपण आपले प्रश्न राखून ठेवा. मी

तुमच्या सगळ्या प्रश्नांची नंतर उत्तरे देईन! आयुष्यातला फार मोठा धडा मी प्रत्यक्ष शिकत होतो. मला आपला आदर्श सापडल्यासारखा वाटला आणि मनापासून वाटलं की या माणसाचे पाय धरावे आणि वाकून नमस्कार करावा!

प्रेस कॉन्फरन्स संपल्यावर मी व टिकेकर त्यांच्या घरी गेलो. तिथे पुण्यातील प्रतिष्ठित व्यक्ती, एका मोठ्या वृत्तपत्राचे संपादक, राजकीय व सामाजिक चळवळीतील अग्रणी असे विविध क्षेत्रांतील नामवंत बसले होते. टिकेकर त्यांना प्रेस कॉन्फरन्समध्ये काय झालं ते सांगत होते, तेवढ्यात त्यांना सुकुमार किर्लोस्करांचा (शंतनुरावांचे पुतणे, जे लकाकीच्या प्रांगणातच राहत असत!) फोन आला. त्यांनी सांगितले की ईडीच्या ऑफिसमधून फोन आला होता व मुख्य संचालकांनी शंतनुरावांना भेटायला बोलावलं आहे. तिकडे आम्ही जात आहोत. बहुधा कर्टसी कॉल असावा. टिकेकर कमालीचे अस्वस्थ झाले. माझ्याही मनात पाल चुकचुकली. कर्टसी कॉल? कुणी कुणाला करायचा? काही वेळ कसाबसा काढून सुकुमारचा परत फोन न झाल्यामुळे टिकेकर म्हणाले, मी जाऊन काय चाललं आहे ते बघून येतो.

ते गेल्यावर तिथल्या मंडळींनी माझ्याकडे चौकशा सुरू केल्या. धाड का पडली? काय आरोप आहेत? यात काही राजकीय हितसंबंध गुंतले आहेत का? मी शक्यतो सावधपणे उत्तरे देत होतो. मध्येच एका पक्षाच्या पुढाऱ्यानी मला विचारलं, आम्ही जाहीर निषेधाची सभा घेतो. शंतनुरावांच्या घरी धाड हा महाराष्ट्राचा अपमान आहे, वगैरे.

मी त्यांना थांबवत म्हणालो, "मला वाटतं आपण त्याची घाई करू नये. काय आहे व सरकार काय पावलं उचलतंय ते दोन दिवसात कळेल. मग आपण ठरवू शकतो!" तेवढ्यात टिकेकर परत आले. त्यांनी सांगितलेली हकीकत चकित करणारी होती. त्या भेटीत संचालकांनी शंतनुरावांना आर्थिक व्यवहाराबद्दल प्रश्न विचारले होते व शंतनुराव शांतपणे उत्तर देत होते. मध्येच एकदा संचालक म्हणाले, "मि.किर्लोस्कर, तुम्हाला मध्ये विश्रांती घ्यायची असेल तर जरूर घ्या. आपण त्यानंतर ही चौकशी सुरू ठेवू." त्यावर शंतनुराव उत्तरले, "मला विश्रांतीची जरूर वाटत नाही. पण तुम्हाला जर विश्रांती घ्यावीशी वाटत असेल तर जरूर घ्या. आपण नंतर चौकशी चालू ठेवू!" मुंबई उच्च न्यायालयाने एका संबंधित निकालपत्रात या घटनेचा उल्लेख 'मध्यरात्रीची चौकशी' अशा कडक शब्दांत केला होता!

दुसऱ्या दिवशी माझी कामं आटोपून मी डेक्कन एक्सप्रेसने मुंबईला परतलो. घरी आलो तेव्हा साडेसात वाजून गेले होते. पंधरा मिनिटात मला पुण्याहून गायतोंडे- किर्लोस्कर ऑईल इंजिन्सचे वरिष्ठ अधिकारी - यांचा फोन आला. "इनामदार, तुम्ही

उद्या सकाळी पुण्याला येऊ शकाल ना? साहेबांनी बोलवलं आहे." मी आताच पुण्याहून परत आलो आहे हे त्यांना सांगण्याचं माझ्या जीवावर आलं! मी म्हणालो, "पण पहिली गाडीच साडेअकरानंतर पोहोचते." गायतोंडे लगेचच म्हणाले, "आम्ही तुमच्यासाठी आमचं खाजगी विमान पाठवतो आहे. तुम्ही एमबी वकिलांना ओळखता ना? त्यांना घेऊन येऊ शकलात तरच या. कारण साहेबांना त्यांच्याशी बोलायचं आहे. आणि उद्या दुपारी किर्लोस्कर इलेक्ट्रीकच्या वार्षिक सभेसाठी बंगलोरला जायचं आहे." एमबी मुंबईतले प्रसिद्ध वकील व सॉलिसिटर होते पण स्वभावाने जरा तऱ्हेवाईक होते. त्यांना खाजगी वेळात डिस्टर्ब केलेलं अजिबात आवडत नसे हे मला माहीत होतं. मी भीत-भीतच त्यांना फोन केला. ते कशी प्रतिक्रिया देतील त्यांची प्रचंड धास्ती मनात होती. मी त्यांना म्हटलं, "सर, किर्लोस्कर समूहावर काल धाडी पडल्या हे तुम्ही ऐकलं असेलच." (मी किर्लोस्कर उद्योगसमूहाचं आयकर संबंधित काम बघतो हे त्यांना माहीत होतं!) मी तसंच, रेटून म्हणालो, "शंतनुरावांना तुम्हाला भेटायची इच्छा आहे. त्यांना असं वाटतं की, उद्या त्यांना अटक होईल, पण नाही झाली किंवा जामीन मिळाला तर त्यांना बंगलोरला जाण्याची इच्छा आहे. कारण तिथे भागधारकांची मीटिंग आहे आणि तेही काय झालं ते जाणून घ्यायला आतुर असतील. मी थोडा वेळ थांबलो. (त्यांना खाजगी वेळात डिस्टर्ब केलेलं आवडत नाही हे मला माहीत आहे, असं सांगून मी सारखं सॉरी, व्हेरी सॉरी सर वगैरे म्हणत होतोच!) थोड्या वेळाने ते म्हणाले, "आपण कसं जायच आहे?" माझा जीव भांड्यात पडला आणि मी त्यांना कसं जातोय हे सांगितलं!

दुसऱ्या दिवशी पुण्याला पोहोचल्यावर आम्ही लकाकी बंगल्यावर गेलो तेव्हा जवळजवळ साडेदहा वाजले होते. पोलीस, ईडीचे अधिकारी, किर्लोस्कर समूहाचे वरिष्ठ अधिकारी जमले होते. लकाकीसमोरच्या झाडाखाली शंतनुराव व त्यांचे नातू संजय किर्लोस्कर बसले होते.

येताना एमबी मला म्हणाले होते. "इनामदार, शंतनुरावांबद्दल मला अतिशय आदर आहे म्हणून आलोय. दुसऱ्या कुणासाठी मी असा आलो नसतो." मी त्यांची ओळख करून दिल्यावर शंतनुराव त्यांना म्हणाले, "हे लोक मला अटक करायला आले आहेत. अटक झाली तर मी तुरुगांत जाईन. नाही झाली तर मला बंगलोरला जाण्याची इच्छा आहे. म्हणून तुम्हाला जरा घाई गडबडीने बोलावले! मला माफ करा!" एमबींनी त्यांचे हात हातात घेतले आणि जड आवाजात म्हणाले, "असं म्हणू नका, तुम्ही देशाचा अभिमान आहात. तुम्हाला मला बोलवावंसं वाटलं हा माझा सन्मान आहे.

त्यानंतर शंतनुरावांनी अस्खलितपणे सर्व हकीकत, आरोप, चौकशा व दिलेली उत्तरे सांगितली. एखाद्या वेळी कंपनीच्या नावात चूक व्हायची पण चटकन मला किंवा

संजयना विचारायचे बरोबर आहे ना? तोपर्यंत ते अधिकारी जवळ येऊ लागले होते. शंतनुराव उठले व एमबींना म्हणाले, "कदाचित आज आपली परत भेट होणार नाही!" त्यांनी सुकुमार किर्लोस्करांच्या पत्नीला हाक मारली व त्यांना म्हणाले, "पद्मजा, हे मुंबईहून आले आहेत. सकाळपासून त्यांनी काही खाल्लं नसेल. त्यांच्या जेवणाचं बघशील ना?" आपल्या कठीण परीक्षेच्या काळातही दुसऱ्याचा इतक्या सहृदयतेने विचार करणाऱ्या या महामानवाचे पाय धरावेत, असं मला दुसऱ्यांदा परत वाटलं.

साधारणपणे १९८५ च्या मध्यावर एकदा अनपेक्षितपणे शंतनुरावांचा फोन आला आणि ते मला म्हणाले, "इनामदार, Kirloskar Brothers Limited (KBL) च्या बोर्डावर संचालक म्हणून याल का?" ही किर्लोस्कर उद्योगसमूहाची पहिली कंपनी. माझा माझ्या कानांवर विश्वास बसेना. मी थरारलो, विस्मित झालो, आनंदित झालो. मला भरून आलं. मी कसंबसं म्हणालो, "नक्कीच सर, हा माझा सन्मान आहे."

आणि खरंच मला तेव्हाही वाटलं होतं आणि आजही वाटतं की, किर्लोस्कर ब्रदर्स सारख्या कंपनीवर संचालक म्हणून काम करायला मिळणं हा माझा व्यावसायिक म्हणून सगळ्यात मोठा सन्मान होता आणि आहे. त्या वेळी माझं वय ४० होतं! मी पहिल्यांदा जेव्हा किर्लोस्कर ब्रदर्सच्या संचालकांच्या मीटिंगला गेलो तेव्हा आप्पासाहेब फळणीकर, आबासाहेब जाचक, अप्पासाहेब पंत, एम.बी. खेर यांच्यासारखे दिग्गज व शंतनुरावांबरोबर काम केलेल्या वयस्कर व्यक्ती संचालक आहेत याचं थोडंसं दडपण मनावर होतं. नानासाहेब गुर्जर नुकतेच निवृत्त होऊन बंगलोरला स्थायिक झाले होते. शंतनुरावांनी माझी ओळख करून दिली, "हे इनामदार, आमचे करसल्लागार आहेत. त्यामुळे आमचे मित्र व मार्गदर्शक आहेत. (फ्रेंड गाईड) त्यातला मधला शब्द आहे फिलॉसॉफर. ते मिश्कीलपणे म्हणाले, "आज ते फिलॉसॉफर नसतील पण लवकरच होतील!" आणि ते लगेचच म्हणाले "इनामदारांनी संचालक पद स्वीकारल्यानंतर संचालक मंडळाचं सरासरी वय बरंच खाली आलं आहे!" थोडा हशा पिकला. मधल्या काळात अप्पासाहेब पंत (भोरचे संस्थानिक) जरा उशिरानेच आत आले. अप्पासाहेबांचं वय ८० च्या घरात होतं, पण चालताना थोडं वाकून चालायचे. शंतनुरावांनी त्यांचं स्वागत केलं आणि म्हणाले, "अप्पा वाकलास की रे!" शंतनुराव वय वर्षे ९०, पण ताठ कणा! त्यानंतर किर्लोस्कर ब्रदर्सचा संचालक म्हणून जवळजवळ ३० वर्षं काम करण्याचा सन्मान मला मिळाला!

किर्लोस्कर उद्योगसमूहाची एक अर्थविषयक समिती होती. त्याचे प्रत्येक कंपनीच्या वित्त विभागाचे प्रमुख सभासद होते व त्या समितीची दर दोन-तीन महिन्यांतून एकत्र चर्चा व्हायची. त्यात समूहाची धोरणे (प्रामुख्याने वित्तविषयक व त्याबाबतचे प्रश्न

यांचा सांगोपांग विचार होत असे. शंतनुराव किर्लोस्कर समितीचे अध्यक्षपद भूषवायचे पण तोपर्यंत त्यांचे सुपुत्र चंद्रकांत किर्लोस्कर यांनी समूहाचे मुख्य म्हणून कारभार हाती घेतला होता. त्यामुळे त्यांच्या मार्गदर्शनाखाली या बैठका व्हायच्या. एकदा शंतनुरावांनी मला सांगितलं की तुम्हीही या बैठकांना येत जा. मी म्हटलं, मला जरा संकोच वाटतो! तर ते म्हणाले, नाही, मला वाटतं तुम्ही या बैठकांना हजर राहावं!

एकदा समूहाच्या सर्वोच्च मॅनेजमेंटला वित्त अधिकाऱ्यांनी कशा व कुठल्या स्वरूपात अहवाल किंवा माहिती द्यावयाची, याबाबत चर्चा चालू होती. त्यासाठी एक फारच उपयुक्त ठरेल असा फॉर्मही सर्वांना दाखवला गेला. त्यात ही सर्व माहिती सविस्तर मांडली होती. अचानक शंतनुरावांनी माझ्याकडे वळून म्हटलं, "इनामदार, तुमचं काय मत आहे?" मी खरं तर गडबडून गेलो पण धाडस करून म्हणालो, "साहेब, मला वाटतं या तपशिलाबरोबर प्रत्येक कंपनीचा निव्वळ नफा किती आहे ते कळणं फार महत्त्वाचं आहे. कारण त्याशिवाय इतर कुठलेही वित्तविषयक निर्णय घेणं योग्य होणार नाही." शंतनुराव काही बोलले नाहीत. इतर मंडळींनी चर्चा पुढे सुरू केली होती. शंतनुराव उठले आणि म्हणाले, "मी जरा वॉशरूमला जाऊन येतो." पाच-सात मिनिटात ते परत आले आणि मला म्हणाले, "इनामदार, तुमचा मुद्दा रास्त आहे पण तुमचा शब्द चुकला. तुम्ही निव्वळ नफा असा शब्द वापरला. तुम्ही नेट प्रॉफिट्सच्या ऐवजी नेट अर्निंग हा शब्द वापरायला हवा होता. कारण घसारा हा नफ्यातून कमी होतो, मात्र पैसे बाहेर जात नाहीत. त्यामुळे गुंतवणुकीसाठी तो पैसा निव्वळ नफ्याचा भाग नसूनही उपलब्ध असतो." इतका सूक्ष्म फरक व विवेचन नव्वदीकडे झुकलेल्या निवृत्त व्यक्तीच्या तोंडून ऐकल्यावर मी अवाक् झालो! त्या वेळी कॅश फ्लो हा शब्द इतका रूढ झाला नव्हता! म्हणून मी नेहमी म्हणतो की, शंतनुरावांनी मला काही मुद्दाम शिकवलं नाही, पण त्यांच्याकडून मी खूप शिकलो.

किर्लोस्कर उद्योगसमूहामध्ये किर्लोस्कर लिजिंग अँड फायनान्स लि. ही नव्याने स्थापन झालेली कंपनी होती. या कंपनीच्या संचालक पदावरही माझी नेमणूक झाली होती. डी.व्ही.टिकेकर व्हाईस चेअरमन होते आणि शंतनुराव अर्थातच चेअरमन होते. या कंपनीचा पहिला पब्लिक इश्यू करायचे ठरले. तेव्हा मुंबईत एक पत्रकार परिषद घेण्याचे ठरले. त्या दिवशी शंतनुरावांनी मला ते राहत असलेल्या ओबेरॉय हॉटेल मध्ये 'निदान अर्धा तास आधी मला भेटा!' असा निरोप दिला होता. त्याप्रमाणे मी गेलो तेव्हा शंतनुराव हातात छोटे नोट पॅड घेऊन कागद चाळत बसले होते. ते मला म्हणाले, "किर्लोस्कर उद्योगसमूहामध्ये समभागाचा असा पब्लिक इश्यू खूप खूप वर्षांनी होत आहे, त्यामुळे मला पत्रकार परिषदेत काय प्रश्न विचारतील याचा मी विचार करीत होतो.

तुम्हाला काय वाटतं?" त्याचवेळी किर्लोस्कर उद्योगसमूहाच्या बंगलोर शाखेनेसुद्धा किर्लोस्कर फायनान्स अँड इनव्हेस्टमेंट्स लि. या नावाची एक कंपनी स्थापन केल्याचे जाहीर केले होते. त्या कंपनीचे व किर्लोस्कर लिजिंगचे उद्देश अगदी सारखे होते. एकाच उद्योगसमूहाने एकाच उद्दिष्टाने एकाच वेळी दोन कंपन्या काढाव्यात हे जरा मला व इतर काही जणांना चमत्कारिक वाटत होतं. मी शंतनुरावांना म्हटलं कदाचित यावर प्रश्न विचारले जाऊ शकतात. ते काही सेकंद काही बोलले नाहीत पण नंतर म्हणाले, "मग काय उत्तर द्यावं असं तुम्हाला वाटतं?" हा प्रश्न मला अगदीच अनपेक्षित होता. मी गडबडलो पण मग धीर करुन म्हणालो, "तुम्हाला निकोप स्पर्धेसाठी ओळखतात. तुम्हीही त्याचा वेळोवेळी उल्लेख करता!" शंतनुराव उठले आणि म्हणाले, "चला जाऊ या ना!"

वार्ताहर परिषदेत पहिल्या रांगेत बसलेल्या मुंबईतील *मिड* डे या सायं दैनिकाच्या प्रतिनिधीने हा प्रश्न विचारलाच. शंतनुरावानी त्याला फार सुंदर व मार्मिक उत्तर दिले. ''किर्लोस्कर उद्योगसमूहाची बांधिलकी ही गुणवत्ता आणि ग्राहक यांच्याशी आहे." "आम्ही नफा मिळवणे गैर मानत नाही. पण या दोन उद्दिष्टांना डावलून किंवा वळसा घालून नफा मिळवत नाही आणि निकोप स्पर्धा ही नेहमीच गुणवत्ता आणि ग्राहकांच्या हिताची असते. ती अगदी एकच उद्योगसमूहामधल्या दोन कंपन्यांमध्ये असली तरी, कारण गुणवत्ता आणि ग्राहकांचे हित लक्षात ठेवले तर त्या कंपन्यांचा व पर्यायाने ग्राहक आणि भागधारक यांचा फायदाच होतो यावर माझा दृढ विश्वास आहे." दुसऱ्या दिवशीच्या 'मिड डे' मध्ये वार्ताहर परिषदेचा वृत्तांत आला. त्याचे शीर्षक होते. *"आमची बांधिलकी गुणवत्ता आणि ग्राहक यांच्याशीच"*- एस.एल.किर्लोस्कर

याच कंपनीच्या बाबतीत त्यांनी मला एके दिवशी बोलावलं आणि अगदी अनपेक्षितपणे म्हणाले, "सर्वसाधारण सभेच्या वेळी मी इथे नाही. मला जर्मनीला जावं लागत आहे. तर तुम्ही त्या सभेचे अध्यक्ष म्हणून त्या दिवशी काम बघा!" मी पूर्ण हडबडून गेलो आणि म्हटलं, "साहेब, आपल्या बोर्डावर मोठे मोठे लोक आहेत. मी त्या मानाने फार नवखा आहे. कदाचित त्यांना आवडणार नाही." (माझ्या मनात उपाध्यक्ष टिकेकर यांचेही नाव होते.) उठता-उठता ते त्यांच्या शैलीत म्हणाले, "माझी इच्छा आहे तुम्हीच ती सभा सांभाळावी."

सभेच्या दिवशी मी चांगलाच नर्व्हस होतो. टिकेकर मुद्दाम लवकर आले होते. त्या वेळी सूर्यनारायण राव नावाचा एक भागधारक अशा सभांना यायचा. खरं तर त्यांच्याकडे फारच कमी समभाग होते. पण अशा सभांना येऊन (त्यांच्या मते) अडचणीचे आणि आडवळणाचे प्रश्न विचारायचे हे त्याचं वैशिष्ट्य होतं. (हे प्रश्न विचारू नयेत म्हणून

तो आधी भेटून पैसे घ्यायचा हे माझ्या कानावर आलं होतं.) टिकेकरांनी माझ्या कानात सांगितलं की, तो काल ऑफिसमध्ये येऊन गेला, पण मी त्याला दाद दिली नाही. कदाचित तुम्ही नवखे असल्यामुळे तो तुम्हाला त्रास द्यायचा प्रयत्न करेल.

मी सभेला सुरुवात करताना म्हटलं, "साहेबांनी युरोपला जायच्या वेळी हे सिंहासन माझ्या हाती सोपवलं होतं. पण हे एकाच दिवसासाठी आहे. रामायणात भरताला ते चौदा वर्षं सांभाळावं लागलं. पण पुढच्या सभेला साहेब हजर असतील." सुरुवातीचे विषय संपल्यावर मी पद्धतीप्रमाणे विचारलं. "हिशोबाच्या बाबतीत कुणाला काही विचारायचं असेल तर त्यांनी जरूर इथे येऊन विचारावं." सूर्यनारायण राव ताबडतोब उठले आणि म्हणाले, "मला काही प्रश्न विचारायचे आहेत. जर आपले नूतन अध्यक्ष उत्तरे देऊ शकत असतील तर!" मी शांतपणे म्हणालो, "तुम्ही विचारा; मी माझ्या कुवतीप्रमाणे उत्तरे द्यायचा प्रयत्न करीन." सूर्यनारायण राव बाह्या सरसावून पुढे आले आणि त्यांनी विचारे की, या MTJ... नंबरची गाडी आपल्या कंपनीच्या मालकीची आहे का? मी म्हटलं "हो!" "ती गाडी एका रविवारी मंगल कार्यालयासमोर ४-५ तास उभी होती. हा कंपनीच्या गाड्यांचा सर्रास गैरवापर आहे. याला कोण जबाबदार आहे?" मी शांतपणे म्हणालो, "मि.राव, तुम्ही आव असा आणलात की तुम्ही बॉम्ब फोडणार आहात पण हा तर फुसका फटाका आहे!" ते काही बोलण्याआधीच मी आवाज चढवून म्हणालो, "ती गाडी आपल्या मुख्य कार्यकारी अधिकाऱ्यांना वापरासाठी कराराप्रमाणे आणि कायद्याप्रमाणे दिलेली आहे. कराराप्रमाणे ते त्याचा वापर अधिकृत किंवा त्यांच्या खाजगी कामासाठी करू शकतात. अशा खाजगी उपयोगासाठी जेव्हा वापर केला जातो व त्यावर कायद्याने ठरल्याप्रमाणे त्या रकमेवर इन्कमटॅक्स भरावा लागतो, तो ते नियमित भरतात. तुमची काय अडचण आहे?" त्यांना काय उत्तर द्यावे हे सुचायच्या आतच मी म्हणालो, "आणि मि.राव, काहीही माहिती नसताना असे प्रश्न विचारून तुम्ही इतर भागधारकांचा वेळ वाया घालवता आहात. मला असं कळलं की, काल तुम्ही आमच्या ऑफिसला आला होतात. मला वाटलं तुम्ही ही माहिती विचारायला आला होता की...!" माझा रोख सगळ्यांना कळला. थोडा हशा पिकला. काहींनी तर टाळ्या वाजवल्या! पुढे ते काही बोलायच्या आत दुसरा भागधारक पुढे आला. त्यानंतर सूर्यनारायण रावांनी एक अक्षर काढलं नाही! टिकेकर माझ्या कानात म्हणाले, "आता मला कळलं, साहेबांनी तुम्हाला मीटिंग कंडक्ट करायला का सांगितली!

शंतनुरावांचे स्वीय साहाय्यक आर. के. मराठे यांचा मला एके दिवशी फोन आला. व ते म्हणाले, "तुम्ही पुढच्या आठवड्यात याल तेव्हा साहेबांना तुम्हाला भेटायचं आहे. त्यांना इच्छापत्र (Will) करायचं आहे आणि त्यासंबंधी तुमच्याशी बोलायचं आहे."

मला आश्चर्य वाटलं, कारण माझं क्षेत्र इन्कमटॅक्स, वेल्थ टॅक्स वगैरे प्रत्यक्ष कर, हे होतं. इच्छापत्र करणं हे वेगळ्या वकिलांचं काम असतं. पण मी पुढच्या आठवड्यात पुण्याला गेलो तेव्हा त्यांच्या 'लकाकी' बंगल्यावर गेलो. मला तिथे सोडून मराठे तिथून गेले. व्हरांड्यात मी, शंतनुराव व यमुताई (त्यांच्या पत्नी) असे तिघेच बसलो!

शंतनुरावांनी मला त्यांच्याकडे काय काय आहे व ते त्यांना कुणाकुणाला द्यायचं आहे, हे अगदी व्यवस्थित सांगितलं. हे सांगताना ते प्रत्येक वेळी यमुताईंना विचारायचे, 'हे ठीक आहे ना?' मला अपार आदर वाटला त्यांच्याबद्दल. मग ते एकदम म्हणाले, "तुम्ही माझं इच्छापत्र तयार करा." मी चाट पडलो पण मी म्हणालो, "दोन दिवसांत कच्चा मसूदा देतो." त्यांनी गोष्टी इतक्या स्वच्छपणे व काटेकोरपणे सांगितल्या होत्या. मला त्या फक्त व्यवस्थित भाषेत मांडायच्या होत्या. एका गोष्टीबद्दल ते काही बोलले नव्हते म्हणून मी त्यांना म्हटलं, "साहेब, तुमच्या घरी गालिचे, पेंटिंग्ज व दुर्मीळ वस्तूंचा संग्रह पण आहे. त्याचं काय करायचं?"

ते आश्चर्य दाखवत थोड्याशा मिश्किलपणे म्हणाले, "अरे वा, त्याचंही इच्छापत्र तयार करता येईल का?"

मी म्हटलं, "जे-जे मौल्यवान आहे, ते सगळं घातलेलं बरं असतं." "हो का? मग डॉक्टरांनी जो पेसमेकर बसवला आहे, तो पण मी कुणाला देऊ शकतो का? या डॉक्टरांनी फार पैसे घेतले हो!" मी हसलो आणि म्हणालो, "साहेब, पेसमेकरच काय पण तुम्ही तुमची अख्खी बॉडी पण दान करू शकता!" माझी खात्री आहे की, ही गोष्ट त्यांना चांगलीच माहिती असणार. त्यांनी केईएम रुग्णालयाच्या डॉ. बानू कोयाजी यांना फोन लावला आणि म्हणाले, "बानू, माझे कन्सल्टंट मला सांगताहेत की मी माझी बॉडी पण विलमध्ये देऊ शकतो, तुमच्याकडे काही सोय आहे का?" डॉ. बानू कोयाजींचे सगळे शब्द मला कळले नाहीत तरी त्या उत्तेजित झाल्या होत्या हे कळलं. त्या म्हणाल्या की, "मी उद्याच फॉर्म्स घेऊन माणूस पाठवते. ते भरून पाठवा. एकदा ते फॉर्म्स भरले की, पुन्हा विलमध्ये लिहायची पण जरुरी नसत!"

शंतनुरावांकडून मी परत यायला निघालो तेव्हा एकच विचार मनात रेंगाळत होता. इतर मालमत्तांचं ठीक आहे. पण या असामान्य माणसाच्या विशाल हृदयाचा वारसा कोण जपणार?

After all, It is a heart of gold!

❏❏

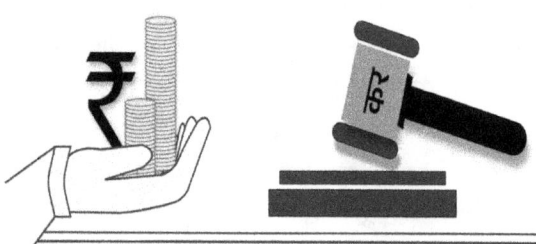

उमदा उद्योगपती : डॉ. नीलकंठ कल्याणी

मला आयुष्यात भेटलेले एक प्रभावशाली व्यक्तिमत्त्व, ज्यांचा खास विश्वास मला संपादन करता आला ते म्हणजे डॉ. नीलकंठ अण्णेप्पा कल्याणी अर्थात कर्तबगार कल्याणी! ते कल्याणी उद्योगसमूहाचे संस्थापक व कार्यकारी संचालक होते आणि 'भारत फोर्ज लिमिटेड' ही त्या समूहाची अग्रगण्य कंपनी होती.

माझ्या मनावर डॉ. कल्याणी हे नाव ठळकपणे ठसलं, ते शंतनुराव किर्लोस्करांच्या घरी! एकदा मी व किर्लोस्कर समूहाचे काही वरिष्ठ अधिकारी शंतनुरावांच्या लकाकी बंगल्यावर चर्चा करण्यासाठी जमलो होतो. बोलता-बोलता शंतनुराव म्हणाले, "हे नीलकंठराव कल्याणी फार कर्तबगार गृहस्थ दिसताहेत. त्यांना पुण्याजवळ एक फोर्जिंग इंडस्ट्री टाकायची होती. तेव्हा ते माझ्याकडे सल्ला घ्यायला आले होते. पण माझ्या लक्षात आलं की, त्यांना फोर्जिंग इंडस्ट्रीची माझ्यापेक्षा खूपच अधिक माहिती होती. आणि आज 'भारत फोर्ज' बघा कशी नेत्रदीपक कामगिरी करते आहे. डॉ. कल्याणी खूप पुढे जातील आणि भारत फोर्जचं नाव जगाच्या नकाशावर आणतील."

माझी त्यांच्याशी प्रत्यक्ष भेट १९७८-७९च्या दरम्यान झाली. भारत फोर्जचं एक अपील ट्रायब्युनलपुढे लागलं होतं. एक वरिष्ठ वकील आणि एक नामांकित चार्टर्ड अकाउंटट या दोघांनीही त्यांना सांगितलं की ही केस मला चालवायला द्यावी. दोघंही त्यांच्या विश्वासातले आणि निकटवर्तीयांपैकी होते. त्यामुळे डॉ. कल्याणींनी मला भारत फोर्जच्या ऑफिसमध्ये भेटायला बोलावलं.

डॉ. नीलकंठ कल्याणी

प्राथमिक बोलणी झाल्यानंतर त्यांनी मला विचारलं, "इनामदार, तुम्ही ही केस व्यवस्थित हाताळू शकाल असं वाटतं तुम्हाला?"

"हो साहेब, मी पूर्ण प्रयत्न करीन."

लगेचच त्यांनी विचारलं, "तुम्ही काय बाजू मांडणार आहात आमच्या वतीने?"

मी म्हटलं, "साहेब, मला या केसचा पूर्ण व सखोल अभ्यास करू द्या. मग मी सांगतो."

ते किंचित हसले आणि म्हणाले 'ठीक आहे!' अपिलामध्ये मुद्दा जरा अवघड होता. भारत फोर्जला १९६५-६६ मध्ये पुण्याला फॅक्टरी उभी करायची होती. त्यासाठी लागणारी मशिनरी परदेशातून मागवायची होती. जून १९६६च्या पहिल्या आठवड्यात डॉ. कल्याणींना असं वाटलं की, येत्या भविष्यात रुपयाचं अवमूल्यन होण्याची शक्यता आहे. तसं झालं तर मशिनरीची किंमत रुपयामध्ये न परवडण्यासारखी होईल. म्हणून त्यांनी बँक ऑफ इंडियाला ३ जूनला कळवलं की, अमुक इतके डॉलर्स आमच्यासाठी ताबडतोब आजच्या भावाने विकत घेऊन ठेवा. ६ जूनलाच अवमूल्यन झालं. बँक ऑफ इंडियाने कळवलं की, त्यांना डॉलर घेता आले नाहीत. पण त्या पत्रावर तारीख ५ जून अशी होती. पण ते मिळालं ९ जूनला. त्या वेळी बँक ऑफ इंडियाचे अध्यक्ष व कार्यकारी संचालक म्हणून टी.डी.कन्सारा नावाची अतिशय कर्तबगार व्यक्ती होती. डॉ. कल्याणी त्यांना जाऊन भेटले आणि यामुळे जे नुकसान झाले ते बँक ऑफ इंडिया आणि भारत फोर्ज यांनी २/३ आणि १/३ असं वाटून घ्यावं असं सुचवलं. अन्यथा कोर्ट केसेस होतील व त्यात बँक ऑफ इंडियाचं नाव व वलय यांना धक्का लागेल हे निदर्शनाला आणून दिलं. गोड बोलून एखाद्याचं मन कसं वळवायचं यात डॉ. कल्याणी माहिर होते. कन्सारांनी प्रस्ताव मान्य केला आणि भारत फोर्जला त्या वेळी (१९६६) ३६ लाख मिळाले. प्रश्न असा होता की, हे ३६ लाख कसे दाखवायचे? उत्पन्न धरायचे की नाही?

आयकर खात्याने फारशी चर्चा न करताच ही रक्कम धंदा करतांना मिळालेली आहे आणि त्याचा कुठल्याही ॲसेटशी संबंध नाही, त्यामुळे ते धंद्यातील उत्पन्नच धरलं पाहिजे! अशी भूमिका घेत त्यावर कर लावला होता. अपिलेट कमिशनरने हाच मुद्दा

ग्राह्य धरून अपील फेटाळलं होतं. त्यामुळे ट्रायब्युनलपुढे कुठला मुद्दा मांडावा, यावर मी बराच विचार केला.

त्याचवेळी माझ्या वाचनात एका अमेरिकन कोर्टाची एक केस आली. एका हिवाळ्यात कडाक्याची थंडी पडून हिमवृष्टी झाली व एका हॉटेलपुढे खूप बर्फ साचला होता. हॉटेल मालकाने बर्फाचा निचरा केला नव्हता. आणि त्याच्या निष्काळजीपणाने हॉटेलमध्ये राहणाऱ्या एका गृहस्थाचा बर्फावर पाय घसरून तो पडला आणि त्याचा पाय मोडला असे त्याने कोर्टात असा दावा दाखल केला. हा सर्व प्रकार हॉटेल मालकाच्या निष्काळजीपणामुळे झाला. कारण हॉटेल मालक म्हणून त्याने जी हयगय केली त्यामुळे त्याला हे शारीरिक नुकसान व मानसिक त्रास सहन करावा लागला. त्यामुळे लॉ ऑफ टॉर्ट्सप्रमाणे या निष्काळजीपणासाठी त्याने नुकसान भरपाई द्यावी. कोर्टाने ते मान्य केलं.

लॉ ऑफ टॉर्ट्स ही कायद्याची एक महत्त्वाची शाखा आहे. टॉर्ट याचा अर्थ कुठलीही चुकीची कृती, विशेषतः ज्यांच्यावर ही कायदेशीर जबाबदारी आहे त्यांच्याकडून झाल्यास, त्याला नुकसान भरपाई द्यावी लागेल, जिथे जिथे शारीरिक, आर्थिक किंवा अन्य प्रकारचे नुकसान झाले असेल. Wharton's Law Lexiconमध्ये 'टॉर्ट' या शब्दाचा अर्थ एखादी खोट किंवा चूक ज्यामुळे दुसऱ्याचे नुकसान होते, यात बदनामी, निष्काळजीपणा किंवा अतिक्रमण हे सर्वच पडू शकतं! माझ्या एकदम मनात आलं की, युक्तिवादाची दिशा हीच पकडावी. त्यामुळे मी ट्रायब्युनल पुढे असं म्हणणं मांडलं की, बँक ऑफ इंडिया ही एक व्यावसायिक संस्था आहे. ग्राहकाने दिलेलं काम नीटपणे करणे हे त्याचं कायदेशीर कर्तव्य आहे, त्यात कसूर झाली किंवा निष्काळजीपणा झाला तर Law of Torts (नुकसान भरपाई कायदा)नुसार भरपाई मिळते. भारत फोर्जला 'बँक ऑफ इंडिया'कडून मिळालेली रक्कम ही नुकसान भरपाई या स्वरूपाची आहे आणि उत्पन्नाच्या कुठल्याही व्याख्येत ती बसत नाही. बँक ऑफ इंडियाने स्वतःची बदनामी टाळली आणि कोर्ट केसही करणं टाळलं. ट्रायब्युनलने माझ्या बाजूने निकाल दिला आणि हा निकाल मुंबई उच्च न्यायालयाने पुढे २०५ आयटीआर मध्ये कायम केला. बँकेने आपल्या कामात कुचराई केली आणि ती झाकण्यासाठी ९ जून रोजी मिळालेलं पत्र पाठवलं होतं. ती अर्थातच पश्चातबुद्धी होती. यावर मी भर दिला होता!

त्यानंतर डॉ. कल्याणी माझा अनेक वेळा सल्ला/ सूचना घेऊ लागले आणि आमचे विश्वासार्ह संबंध तयार झाले. अनेक वेळा मला ते 'इनामदारसाहेब' म्हणायचे, मी खूपदा त्यांना सांगून पाहिलं की साहेब, तुमच्या समोर मी सगळ्याच दृष्टीने खूप लहान आहे. पण त्यांनी सर्वच (व्यावसायिकांना) अतिशय सन्मानाने वागवलं. तो

त्यांच्या स्वभावाचाच भाग होता. भारत फोर्जचे मुख्य हिशोबनीस मार्हणकर यांनी मला एकदा सांगितलं होतं की साहेबांच्या सूचना कडक व काटेकोर होत्या की कुठल्याही व्यावसायिकाचं बिल आलं की ते त्याच दिवशी अदा केलं पाहिजे. अशी व्यावसायिक नाती जपणारी व्यक्ती मी आयुष्यात दुसरी कुणी पाहिली नाही. मी अनेकदा स्वतः पाहिलं आहे की, ते केव्हाही पुण्याच्या आयकर कार्यालयात आले की, आधी शिपाई लोकांची वगैरे विचारपूस करायचे आणि मग आयकर आयुक्तांच्या खोलीत जायचे.

मला १९९४ सालच्या डिसेंबरमध्ये हृदयविकाराचा जबरदस्त झटका आला. जवळच्या लोकांपैकी डॉ. कल्याणींनाही कळव असं मी माझ्या मुलाला सांगितलं होतं. तिसऱ्याच दिवशी डॉ. कल्याणी मुंबईला आले व हॉस्पिटलमध्ये जिथे मी ICUमध्ये होतो तेथे भेटायला आले. त्यांनी माझ्या पत्नीकडे सगळी चौकशी केली आणि ते आमचा निरोप घेताना म्हणाले, 'मी ड्रायव्हर आणि गाडी ठेवून जातो आहे. तुम्हाला गरज पडेल! पाहिजे तितके दिवस ठेवा.' आम्हा दोघांचेही डोळे भरून आले आणि या उमद्या उद्योगपतीबद्दलचा आदर शतपटीने वाढला.

एके दिवशी ते मला व पुण्याच्या एका आघाडीच्या वकिलांना त्यांच्या पाचगणी येथील घरी घेऊन गेले. दिवसभर आम्ही चर्चा केली. त्यांना त्यांचे मृत्युपत्र करायचे होते. आम्ही सांगोपांग चर्चा करून मसुदा तयार केला व मी मुंबईला परतलो. त्यानंतर मला त्यांनी त्यांची सही केलेली प्रत तीन-चार दिवसांत पाठवली. मला आश्चर्याचा धक्का बसला. कारण त्यांनी माझी नेमूणक केली होती विश्वस्त आणि व्यवस्थापक म्हणून!

❑❑

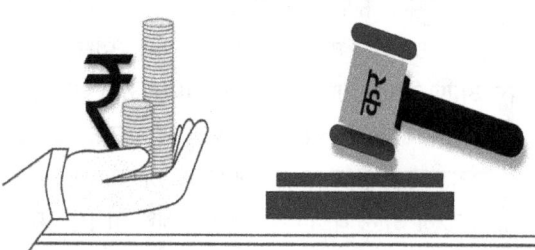

गांधीवादी आणि द्रष्टा उद्योगपती

आयुष्यात मला खऱ्या अर्थाने मोठी अशी जी काही आणि कर्तबगार माणसं भेटली, त्यांत नवलमल कुंदनमल फिरोदिया यांचं नाव प्राधान्याने घ्यावं लागेल. नवलमल हे कुंदनमलजींचे (जे मुंबई असेंब्लीचे पहिले सभापती होते.) सुपुत्र! नवलमलजी स्वतः कायद्याचे पदवीधर होते. त्यांचे धाकटे बंधू हस्तिमलजी अत्यंत हुशार अभियंता होते पण ते एसटीमध्ये नोकरी करीत असत. फिरोदिया कुटुंबाचे जमनालाल बजाज कुटुंबाशी जवळचे नातेसंबंध होते. त्यामुळे नवलमलजी आणि हस्तिमलजी यांनी बजाज कुटुंबाच्या मालकीच्या कंपन्यांमध्येही रस घेतला. इटलीच्या 'व्हेस्पा' कंपनीशी सहकार्याचा करार करून भारतात स्कुटर्स उत्पादित करायच्या ही त्यांची कल्पना होती. थोड्याच दिवसात भारतात तयार झालेली व्हेस्पा स्कूटर ग्राहकांच्या गळ्यातला ताईत बनली आणि तिची बाजारातील मागणी प्रचंड वाढली.

माझा एक मित्र गमतीने म्हणाला होता, 'या व्हेस्पा स्कूटर्सचा रस्त्यावर सुटसुसाटा (सुळसुळाट सारखे) झाला आहे.' नवलमलजींनी कल्पकता दाखवून एक नवी कंपनी स्थापन केली. त्याचं नाव होतं 'बजाज टेम्पो', जे टेम्पो या नावाने प्रसिद्ध झालेले (जे एक अत्यंत उपयोगी वाहन ठरलं.). या शब्दाचा शब्दशः अर्थ एखाद्या संगीताचा तुकडा ज्या गतीत वाजतो ती गती. हा शब्द कुठल्याही औद्योगिक उपक्रमाबरोबर किंवा उद्योगप्रक्रियेला बरोबर लागू पडत होता व वापरला जात होता.

बजाज टेम्पो ही कंपनीसुद्धा नवलमलजींच्या नेतृत्वाखाली व हस्तिमलजींच्या

अमूल्य तांत्रिक सहकार्यामुळे चांगली उदयाला आली. हस्तिमलजींनी 'कायनेटिक स्कूटर' (लहान सायकलीसारखी स्कूटरच!) काढली. ती विद्यार्थ्यांमध्ये, तरुणांमध्ये कमालीची लोकप्रिय झाली. पुढे काही कारणाने बजाज व फिरोदिया कुटुंब यांनी वेगळी चूल (परस्पर सहमतीने) मांडली व दोघांच्याही कंपन्या उत्तम चालू लागल्या. त्यापैकी बजाज टेम्पो फिरोदियांच्या वाट्याला आली. कायनेटिक त्यांच्याच मालकीची होती. नवलमलजी पुण्याच्या एका अत्यंत सज्जन व कार्यक्षम चार्टर्ड अकाउंटटचा सल्ला घेत असत. त्यांचं नाव मनोहर पाटणकर.

एक दिवस पाटणकरसाहेब मला म्हणाले की, "थोडा नाजूक मुद्दा आहे. त्याबद्दल तुमचा सल्ला मला हवा आहे." ते मला घेऊन नवलमलजींकडे गेले आणि माझी ओळख करून दिली. त्या पहिल्या भेटीतच मी दोन गोष्टींनी कमालीचा प्रभावित झालो. पहिली गोष्ट म्हणजे साधेपणा व खादीचे कपडे. दुसरी गोष्ट कमालीची तीक्ष्ण बुद्धी आणि कायद्याची समज! पुढे माझ्या लक्षात आलं की ते खरे गांधीवादी आहेत. अच्युतराव व रावसाहेब पटवर्धन वगैरे गांधीवाद्यांशी त्यांची जवळीक होती. मुद्दा असा होता की, फिरोदिया समूहापैकी एका कंपनीने नवीन यंत्रसामग्री परदेशातून आयात केली होती. ती भारतात सप्टेंबरच्या शेवटच्या आठवड्यात व ऑक्टोबरच्या पहिल्या आठवड्यात आली आणि अहमदनगरच्या कारखान्यात ४-५ दिवसांत बसवली गेली. कारखाना अहमदनगरला होता. समूहाच्या काही जणांनी असं मत व्यक्त केलं की जरी कंपनीचं आर्थिक वर्ष ३० सप्टेंबरला संपत असलं तरी इतक्या थोड्या दिवसांचा फरक आहे की, नवीन यंत्रसामग्रीला मिळणारे फायदे आपल्याला ३० सप्टेंबरला संपलेल्या वर्षातच मिळू शकतील आणि मोठा आयकर वाचेल आणि हे कुणाच्या लक्षातही येणार नाही.

नवलमलजी जेव्हा इतर अधिकारी व संबंधित व्यक्ती जमल्या तेव्हा मला आणि पाटणकरांना घेऊन मीटिंगरूम मध्ये आले. त्यांनी माझी ओळख करून दिली व म्हणाले "आपल्या मुद्द्याबद्दल मी त्यांच्याशी बोललो आहे. इनामदार, तुमचं काय म्हणणं आहे ते सगळ्यांना सांगा." मी ठामपणे म्हणालो, "असा चुकीचा मार्ग अवलंबणे मला मुळीच मान्य नाही आणि मी तरी असा सल्ला देणार नाही. यामध्ये पुराव्यात छेडछाड करावी लागेल. ते चुकीचंच नाही तर बेकायदेशीरही होईल आणि कुणाच्या लक्षात येणार नाही, कुणी बघणार नाही अशा समजावर मी सल्ला देत नाही."

यावर फिरोदियांच्या एका जवळच्या सहकाऱ्याने म्हटले की "आपले इन्कमटॅक्सचे रेकॉर्ड स्वच्छ आहे. कधीही असले प्रश्न विचारले गेले नाहीत." नवलमलजीच्या समोर मी धीटपणे (खरं तर उद्धटपणे!) बोलावं, यामुळे जमलेले आश्चर्यचकित झाले होते कारण त्यांना नवलमलजींचा राग माहीत होता. उत्तरादाखल मी एकच शब्द उच्चारला

-"म्हणूनच!" नवलमलजी म्हणाले, "मला इनामदारांचं म्हणणं पटलं आहे. आता यावर चर्चा नाही!" मग माझ्याकडे वळून ते म्हणाले, "तुम्ही सांगता त्याला काही कारण आहे काय?" मी म्हणालो, "एक तर हे योग्य नाही, चूक आहे.

दुसरं म्हणजे यांत जो धोका असू शकतो तो फिरोदिया कुटुंबाच्या नावलौकिकाला साजेसा तर नाहीच, वाचणाऱ्या आयकराच्या किमतीएवढाही नाही. तिसरं म्हणजे हे फायदे पुढच्या वर्षी मिळणारच आहेत. कुठे नाहीसे होणार नाहीत. घसारा व विकाससूट (Depreciation And Development Rebate) आणि सगळ्यात महत्त्वाचे म्हणजे हे फायदे मिळण्यासाठी कायद्याची अट अशी आहे की, नवी यंत्रसामग्री वर्ष संपायच्या आत बसवली गेली असली पाहिजे."

पण त्यातली खरी गंमत पुढे झाली. फिरोदियांचे विश्वासू खाबिया व पाटणकर जेव्हा आयकर अधिकाऱ्यांसमोर असेसमेंट साठी गेले. तेव्हा त्याने एकच प्रश्न विचारला, सप्टेंबरच्या शेवटच्या पंधरवड्यात जी नवीन मशीनरी आली व बसवली गेली असेल त्याचा मला तपशील द्या आणि पुरावा म्हणून मला फक्त जकात भरल्याच्या पावत्या दाखवा!

खुद्द खाबियांनीच ही गोष्ट नंतर मला सांगितली. ते पुढे म्हणाले, 'मी जेव्हा शेटजींना हे सांगितलं तेव्हा ते म्हणाले, याला नशीब लागतं आणि ते प्रामाणिकपणे वागल्यानेच मिळतं.' पुढे माझे नवलमलजींचे संबंध केवळ अशील व सल्लागार असे राहिले नाहीत तर विश्वासाचे आणि जिव्हाळ्याचे झाले. त्यानंतर त्यांनी बजाज टेम्पो कंपनीच्या संचालकपदावर माझी नेमणूक केली. मी जवळ-जवळ २० वर्षे संचालकपदावर होतो.

नवलमलजी कमालीच्या तल्लख बुद्धीचे होते. ते सतत काही तरी नवं उत्पादन काढावं या विचारात असायचे. असं उत्पादन की जे सामान्य जनतेच्या उपयोगाचं असेल. ते खरे गांधीवादी होते. साधी रहाणी आणि उच्च विचारसरणी हे त्यांचं जीवनाचं सूत्र होतं. म्हणूनच ते इतके श्रीमंत असूनही खादीचे कपडे वापरायचे आणि साधं आयुष्य जगले. बजाज ऑटो ही कंपनी सांभाळत असताना त्यांच्या मनात तीन चाकी वाहन जे शहरात/गावात सामान्य लोकांच्या उपयोगी पडेल तयार करण्याची कल्पना आली. त्यांनी हस्तिमलसाहेबांच्या मदतीने असं एक वाहन तयार केलं. ते दाखवायला ते त्या वेळचे मुंबईचे प्रधानमंत्री बाळासाहेब खेर यांच्याकडे गेले. बाळासाहेब खेरांनी त्यात बसून फिरून येण्याची इच्छा दर्शवली. त्याप्रमाणे ते त्यात बसून फेरी मारून आले. त्यांना ही कल्पना आणि ते वाहन (जे स्कूटरवर बांधलं होतं.) खूपच आवडलं. त्यांनी नवलमलजींना विचारलं, 'या वाहनाला काय म्हणायचं?' नवलमलजी उत्स्फूर्तपणे उद्गारले, 'ऑटो रिक्षा' (मी हा किस्सा ऐकला आहे पण माझ्या मते ऑटो रिक्षा हे

नवलमल कुंदनमल फिरोदिया

नामकरण नवलमलजींनीच केलं आहे!)

त्यानंतर बजाज टेम्पोने असंच एक क्रांतिकारी वाहन तयार केलं. त्याचं नाव होतं मेटॅडोर. ज्यांनी वाहतूक क्षेत्रात क्रांती व इतिहास घडवला असंच म्हटलं पाहिजे. त्यामुळे माणसं आणि माल यांची वाहतूक सोपी व आरामशीर झाली.

जेव्हा-जेव्हा मी नवलमलजींना भेटलो, तेव्हा-तेव्हा काहीतरी नवीन शिकत गेलो. ज्ञान आणि आयुष्याचं ध्येय, खरोखरीच मी याबाबतीत खूप नशीबवान ठरलो! अहमदनगर सारख्या गावातून आलेला एक कायद्याचा पदवीधर आणि गांधीवादी विचार असलेला माणूस आयुष्यात, उद्योगधंद्यात इतकं यश मिळवू शकतो; ते ही साधं राहून, ही गोष्ट नुसती विस्मयजनक नाही तर अविश्वसनीय वाटावी अशी होती. बजाज टेम्पो हे डिझेल इंजिन मर्सिडीज बेन्झ (मर्सिडीज गाड्यांचे उत्पादक) या जर्मन कंपनीच्या सहकार्याने तयार करू लागली. ते प्रचंड लोकप्रिय झालं (मी माझी पहिली मर्सिडीज गाडी घेतली तेव्हा त्याला पेट्रोल इंजिन होतं. नवलमल यांच्या सूचनेवरून ते बदलून मी OM 615 बसवलं!) त्यांच्यामुळे मी डेमलर बेंझचा सल्लागार बनलो व दर वर्षी भारतीय कर प्रणालीवर सल्ला देऊ लागलो. त्या निमित्ताने वर्षातून एक तरी फेरी स्टुटगार्ट जर्मनी येथे व्हायची. हा अनुभव मला खूप श्रीमंत करून गेला. हा लेख जरा लांबतो आहे, याची मला कल्पना आहे पण एक अनुभव सांगितलाच पाहिजे.

एकदा नवलमलजी मला म्हणाले की, भारतातल्या बऱ्याच मुलींच्या नावावर काही मालमत्ता असेल तर भरपूर हुंडा देऊनसुद्धा मुलीला सासरच्या मंडळीकडून त्रास होऊ शकतो. आयकर कायद्यात अशी काही तरतूद करता येईल की, की तिच्या उत्पन्नाचं एक पत्रक वेगळं भरायचं आणि ते माहेरच्या मंडळींनीच भरायचं? शासनाचे अर्थमंत्री माझ्या चांगल्या ओळखीचे आहेत. त्यांना मी विनंती करू शकेन. मी म्हटलं की, एकाच व्यक्तीची दोन रिटर्न्स (Returns) ही कल्पना मान्य होईल असं मला वाटत नाही. मी अशा तरतुदीचा मसुदा करून तुम्हाला द्यायचा प्रयत्न करीन. बोलण्याच्या ओघात मी म्हणालो की, नाहीतरी आयकर कायदा हा विनाकारण खूप मोठा आणि किचकट झाला आहे (त्यात ३०० कलमांच्यावर कलमं आहेत) तो छोटा, सुटसुटीत व सोपा

करता येईल. मी त्याच्यावर थोडं कामही सुरू केलं आहे. हे ऐकल्यावर नवलमलजी ताबडतोब उद्गारले, "हे खूपच चांगलं होईल, तुम्ही हे कराच!"

त्यांनी माझी त्यांच्या महाबळेश्वर येथे असलेल्या गेस्ट हाउसमध्ये राहण्याची सोय केली आणि कच्चा मसूदा तयार करण्यास सांगितले! मी तो तयार केला, पण त्यांना सांगितले, एवढे पुरेसे होणार नाही. याबरोबरच इतर कार्यपद्धतीबद्दलही वेगळे परिशिष्ट करावे लागेल. दुर्दैवाने ते हृदयविकाराने आजारी पडले आणि फार काळ जगू शकले नाहीत. मी जेव्हा चेंबर ऑफ टॅक्स कन्सल्टंट या संस्थेचा अध्यक्ष झालो, तेव्हा मित्रांना ही गोष्ट सांगितली. त्याच वेळी सरकारने आयकर कायद्याचे सुलभीकरण करण्यासाठी एक समिती नेमली. त्या समितीने मुंबईला भेट दिली तेव्हा या मित्रांच्या आग्रहास्तव त्यांना मी त्याची प्रत दाखवली (जे हस्तलिखित होते). कमिटीच्या अध्यक्ष एक वरिष्ठ महिला अधिकारी होत्या. त्यांनी १५-२० मिनीटे तो बारकाईने पाहिला आणि म्हणाल्या, "मि.इनामदार, हे सगळं ठीक आहे पण इतका संक्षिप्त व छोटा कायदा केला तर आमच्या इतक्या अधिकाऱ्यांना व कर्मचाऱ्यांना काम काय उरणार?" या प्रश्नाचं उत्तर माझ्याकडे नव्हतं!

❑❑

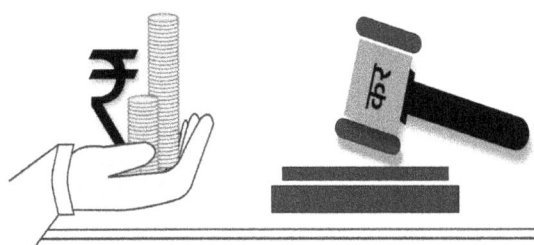

देवाची देणगी

एका अत्यंत लोकप्रिय चित्रपट नायिकेची केस चालवण्याची एकदा संधी मिळाली. या नायिकेच्या मुलीला तिच्या पहिल्या वाढदिवसाला १० लाख रुपये इतकी भेट/देणगी मिळाली होती. ते गिफ्ट दुबईस्थित एका केरळी मुस्लिम माणसाने पाठवले होतं. अगदी व्यवस्थित बँकेमार्फत नियम पाळून पाठवलं गेलं होतं. आयकर अधिकाऱ्याचा त्यावर अर्थातच विश्वास बसला नाही. त्याला हा हवाला व्यवहाराचा (काळा पैसा पांढरा करण्याचे किंवा बोगस व्यवहार) भाग वाटला. त्याने असंही शोधून काढलं की, या देणगीनंतर सुमारे १५ महिन्यांनी दुबईमध्ये सिनेकलाकारांचा करमणुकीचा कार्यक्रम झाला. त्यात सदर अभिनेत्री ही पाहुणी कलाकार म्हणून उपस्थित होती. त्याने यावरून निष्कर्ष काढला की, हे त्याचंचं आगाऊ मिळालेलं मानधन असलं पाहिजे, असं म्हणून त्याने ते १० लाख रुपये त्या अभिनेत्रीचं वैयक्तिक उत्पन्न धरून त्यावर कर आकारणी तर केलीच, पण दंडात्मक कारवाई का करू नये? अशी नोटीसही बजावली.

ही केस माझ्याकडे एका वरिष्ठ चार्टर्ड अकाउंटंटतर्फे आली, ते स्वतः ट्रायब्युनल पुढे केसेस चालवायचे. त्यामुळे ही केस त्यांनी माझ्याकडे का द्यावी, याचं मला फार आश्चर्य वाटलं. अभिनेत्रीने दिलेलं स्पष्टीकरण हे सहजासहजी न पटण्यासारखंच होतं व त्याच्या खरेपणाविषयी शंका उत्पन्न करणारं होतं. मी त्या केसचा अभ्यास केला तेव्हा माझ्या असं नजरेस आलं की, देणारा हा अभिनेत्रीचा कट्टर चाहता होता. तिने एका विवाहित पुरुषाशी (आर्य समाजी पद्धतीने) लग्न केलं होतं. तिच्या या बंडखोरीचं

त्याला अतिशय कौतुक होतं. तो केरळी मुसलमान दुबईस्थित होता व बक्कळ पैसा कमवत होता.

मला हेही कळलं की, त्याचं कुटुंब भारतातच केरळमध्ये आहे आणि त्यांना भेटण्यासाठी तो अनेकदा भारतात यायचा. अशाच एका भेटीच्या वेळी आयकर अधिकाऱ्याने त्याला बोलावून त्याची साक्ष नोंदवून घेतली होती. आयकर अधिकाऱ्याने त्याला एकच प्रश्न विचारला, "तू तुझ्या मुलांना अशा गिफ्टस दिल्या आहेत का?" तो उत्तरला, "हो, याच वर्षी माझ्या दोन मुलांना प्रत्येकी १० लाख असे २० लाख रुपये गिफ्ट केले आहेत. मला खूप पैसे मिळतात. त्यामुळे मी नेहमीच असे गिफ्ट पाठवतो. कारण दुबईत मी एकटाच राहतो व माझा खर्च कमी आहे." नवलाची गोष्ट म्हणजे त्याला उलटतपासणी (खरं तर घेतलीच नाही) मध्ये काहीच प्रश्न विचारले नाहीत.

मला सुप्रिम कोर्टाचा एक निर्णय आठवला. मेहता-पारिख वि. कमिशनर ऑफ इन्कमटॅक्स ३० आयटीआर १८१, त्यांत सर्वोच्च न्यायालयाने असं म्हटलं आहे की, एखाद्याने शपथेवर जर एखादं विधान केलं असेल व त्याची उलटतपासणीच घेतली नसेल तर ते विधान हे स्वीकारार्ह समजलं पाहिजे. अर्थात आयकर खात्याकडे त्याविरुद्धचा काही ठोस पुरावा नसेल तर! आयकर खात्याची केस वरवर पाहता तरी मजबूत वाटत होती. मी खूप विचार केला. केस गुरुवारी लागली होती. त्याच आठवड्याच्या मंगळवारी मी वर्तमानपत्रात एक बातमी वाचली की, खूशबू नावाच्या एका अभिनेत्रीचं (जी फारशी प्रसिद्ध नव्हती) तिच्या दक्षिण भारतीय चाहत्यांनी एक मंदिर उभारलं आहे. (पुढे चित्रपट सृष्टीतला महानायक अमिताभ बच्चनचंसुद्धा त्याच्या चाहत्यांनी उत्तर प्रदेशात मंदिर उभारल्याचं वाचनात आले.) मी त्याचं कात्रण काढून ठेवलं, कारण युक्तिवादाची दिशा मला सापडली होती. गुरुवारी मी ट्रायब्युनलसाठी उभा राहिलो, तेव्हा सुरुवात केली, "युवर ऑनर, आपल्या सगळ्यांनाच इंग्रजी म्हण माहीत आहे की *'सत्य हे कल्पनेपेक्षाही विलक्षण असतं'* (Truth is Stranger than fiction). ही केस म्हणजे या चिरंतन सत्याचं ज्वलंत आणि जिवंत उदाहरण आहे!"

मग मी त्यांना दात्याची नोंदवलेली साक्ष संपूर्ण वाचून दाखवली, विशेषत: त्याने आपल्या स्वत:च्या मुलालाही अशाच गिफ्ट दिलेल्या आहेत व त्यांच्या आर्थिक क्षमतेबद्दल कुठलाही संदेह नसल्याचं त्यांच्या नजरेस आणलं! शिवाय तो असंख्य भारतीयांप्रमाणे या अभिनेत्रीचा निस्सीम चाहता असल्याचं त्याचं म्हणणं वाचून दाखवलं. मग मी खिशातून खुशबूच्या मंदिराच्या बातमीचं कात्रण काढून त्यांच्या हातात दिलं. 'हे जर मला कुणी सांगितलं असतं, तर मी विश्वास ठेवला नसता, आपणही ठेवला नसता. माझ्या सन्माननीय मित्रानेही ठेवला नसता. पण हे सत्य आहे. प्रश्न असा

की हे, तुम्हाला-मला पटतं का नाही हा नसून असं घडू शकतं का? हा आहे. आणि त्याचं निर्विवाद उत्तर 'हो' असंच आहे. भारतीयांना सिनेकलाकारांबद्दल कमालीचं प्रेम वाटतं किंबहुना वेडच आहे.' मग मी त्यांना एम जी रामचंद्रन यांचं उदाहरण दिलं की, ते कोमात (बेशुद्धावस्थेत) असूनही कित्येक दिवस मुख्यमंत्री म्हणून राहिले, त्यांना हटवता आलं नाही. कारण तसं केलं तर त्यांच्या चाहत्यांचा प्रक्षोभ आवरता आला नसता. लोकशाहीमध्ये असं घडू शकतं हे आपल्या कुणालाही विश्वसनीय वाटलं नसतं. पण तसं घडलं! मग मी हळूच या केसमधला दाता पण दक्षिण भारतीय होता हेही नजरेस आणून दिलं! दोन्ही सदस्यांच्या चेहऱ्यावर स्मितरेषा उमटली. ती संधी साधून मी असंही म्हटलं की चित्रपटसृष्टीत काम झाल्यावरसुद्धा पैसे मिळण्याची मारामार असते. १५ महिने आगाऊ पैसे देणं हे जर विश्वसनीय असेल तर दात्याच्या म्हणण्यावर विश्वास ठेवायला काय हरकत आहे?

मला त्यांनी बसण्याची खूण केली व ते संबंधित खात्याच्या प्रतिनिधीला म्हणाले, दात्याचं शपथेवरचं म्हणणं खोडून काढणारा काही ठोस पुरावा आहे का? असेल तर तो आम्हाला दाखवा. त्यांनी नुसतीच 'नाही' म्हणून मान हलवली. आम्ही कोर्ट रूमच्या बाहेर आलो. तेव्हा मला केस देणाऱ्या सीए नी माझ्या खांद्यावर हात ठेवला आणि म्हणाले, "मला माहीत होतं की ही केस तुम्ही चांगली चालवाल. मनापासून अभिनंदन!" निकाल आमच्या बाजूने लागला, माझी फी पण मिळाली पण त्या अनभिज्ञ अभिनेत्रीप्रमाणेच मला याही अभिनेत्रीचा फोन येईल (किंवा यावा) असं वाटत होतं. पण तो फोन काही आला नाही. पण ही केस चालवण्याची संधी मला मिळाली ही तर देवाची देणगी आहे, असे मी मानतो!

❑❑

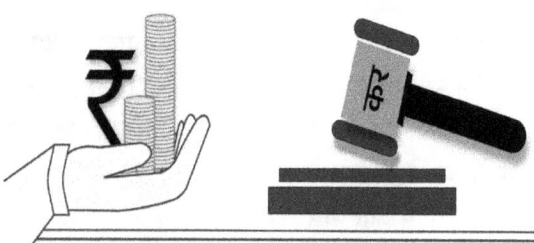

माझा मनोहर मित्र!

तसा मी काही 'सिनिक' वगैरे नाही, पण या छोट्याशा आयुष्यात माणसांचे जे काही बरं-वाईट आणि बऱ्यापेक्षा वाईटच अधिक अनुभव आले, त्यामुळे कुणीही मनुष्य हा संपूर्णपणे साधा, सरळ आणि नि:स्वार्थी असेल यावर मन सहजासहजी विश्वास ठेवायला तयार होत नसे! त्यातून आमच्या व्यवसायात 'चित्तापहारकां'पेक्षा 'वित्तापहारक'च अधिक! त्यामुळे एखाद्या शहरी माणसाची ठाम समजूत असावी की पाण्याचं उगमस्थान म्हणजे घरातला नळच आहे आणि अचानक झाडाझुडपांतून, डोंगर-दऱ्यांतून हिंडताना स्फटिकासारखा शुभ्र आणि निर्मळ पाण्याचा खळखळता झरा सापडावा आणि वाटावं 'अरे, पाणी असंही असतं का? यालाही जीवन ऐसे नाव आहे?' तसंच काहीसं मला पाटणकरसाहेबांशी ओळख झाल्यावर वाटलं! क्षणार्धात मैत्रीच्या रेशीमगाठी जुळल्या. त्या पुढे घट्टच होत राहिल्या.

मी 'मैत्री' हा शब्द वापरला त्यात कुणाला आश्चर्य वाटेल, पण पाटणकरसाहेबांच्या व्यक्तिमत्त्वाचं वैशिष्ट्यच हे की, ते वयाने माझ्यापेक्षा तब्बल २५ वर्षांनी मोठे असूनही मी त्यांना माझा खरा मित्र म्हणू शकतो - मानू शकतो. वयातील फरकामुळे असणारा आदर हादेखील मैत्रीचा एक पदर असू शकतो- अडसर नव्हे! त्यांच्या आईंनी त्यांचे पाय पाळण्यात कसे पाहिले मला ठाऊक नाही, पण त्यांचा स्वभाव व व्यक्तिमत्त्व त्यांना नक्कीच पाळण्यात स्पष्ट दिसलं असलं पाहिजे. त्याशिवाय 'मनोहर' इतकं समर्पक नाव सुचलंच नसतं. अशिलाच्या हिताची कळकळ असो, वा व्यवसायातील

व भागीदाराशी वागण्यातील तळमळ असो, त्यांच्या निखळ व्यक्तिमत्त्वाचा मनोहारी आविष्कार कमालीचा नितळ आणि पारदर्शक असतो. ते आणि त्यांचे भागीदार म्हणजे तर एक छोटंसं एकसंध कुटुंबच आहे! माझं भाग्य असं की त्या कुटुंबात त्यांनी मलाही सामावून घेतलं आहे- अगदी एक सख्खा घटक म्हणून!

पाटणकरसाहेबांशी ओळख होऊन वीसेक वर्षं तरी होऊन गेली. काही लोकांच्या भेटी होतात पण गाठी जुळत नाहीत. काहींशी ओळखी होतात पण मैत्री वाढत नाही. काहींशी परिचय होतो पण सलगी होत नाही. काहीच असे असतात की ज्यांची ओळखच मुळी नातं बनून येते! पूर्वजन्मीच्या गाठी - याशिवाय याला दुसरं काय म्हणणार? एरवी दाट ओळखीचे लोकही आयुष्यभर अनोळखीच राहतात.

आमची ओळख झाली कशी? याबद्दल त्यांनीच मला एकदा सांगितलं होतं की, मी एक केस चालवत असताना त्यांनी मागे बसून (कोर्टात) ऐकली होती. कोर्टातून ऑफिसमध्ये गेले आणि आपल्या भागीदारांना सांगितलं, 'यापुढे आपली सगळी कामं इनामदारांना द्यायची!' त्या वेळी मला वकिली सुरू करून जेमतेम सात-आठ वर्षंसुद्धा झाली नसतील. पाटणकरसाहेब स्वतः त्या वेळी पुण्यातील अग्रगण्य चार्टर्ड अकाउंटंट म्हणून ख्यातनाम होते. 'वैद्य तरुण असावा आणि वकील म्हातारा असावा' या (खऱ्या) म्हणीतलं शहाणपण ज्यांना माहिती आहे, त्यांनाच एक वय आणि नावलौकिकाने मोठ्या असलेल्या व्यावसायिकाने एका तरुण (आणि जवळजवळ शिकाऊच) वकिलावर जो विश्वास दाखवला, त्याचं मोल काय वाटत असेल, त्याची थोडीशी कल्पना येऊ शकेल. माझ्या आयुष्यात तर ती अनमोल घडी होती!

त्यानंतर त्यांच्या अनेक केसेस मी हाताळल्या. त्यात कुठे चुकाही झाल्या असतील, अपयशही आले असेल, पण पाटणकरसाहेबांच्या तोंडून मी ऐकले ते फक्त उत्तेजनाचेच शब्द! मध्यंतरी महाराष्ट्रातील सर्व साखर कारखान्यांच्या बाबतीत एक गुंतागुंतीचा व अवघड प्रश्न आयकर अपीलीय न्यायाधीकरणापुढे विचारार्थ होता. या कारखान्यांचा प्रतिनिधी म्हणून मी ती केस हाताळली. केस जवळजवळ तीन दिवस चालली. त्या वेळी खरंतर पाटणकरसाहेब व्यवसायातून अर्धनिवृत्त झाले होते, पण पूर्वी साखर कारखान्यांची अनेक कामं त्यांनी केली असल्यामुळे एखाद्या विद्यार्थ्याच्या कुतूहलाने आणि तन्मयतेने मुद्दाम ऐकायला आले होते. केस संपल्यावर मला म्हणाले, 'इनामदार, छान झालं तुमचं ऑर्ग्युमेंट, अगदी फर्स्ट क्लास!' ती शाब्बासकीची एकच थाप माझ्या सगळ्या व्यावसायिक आयुष्याचं सार्थक करून गेली! यापेक्षा मोठी फी असू शकत नाही.

कामानिमित्त आमच्या अनेकदा चर्चा व्हायच्या. एकदा एका केसचं बिल मी त्यांना पाठवलं तर त्यांचे एक भागीदार त्याच्या दुप्पट पैसे घेऊन आले. मी म्हटलं, "अहो

भलगट, काहीतरी चूक झालेली दिसतीय." त्यावर त्यांचं उत्तर, "नाही, चूक काही नाही. साहेब म्हणाले, आपण इनामदारांना येता जाता इतके प्रश्न विचारतो त्याची कुठे ते फी घेतात?"

वागण्याचा हा असा खाक्या!

आणखी एक गोष्ट मी अनेकदा अनुभवली आहे. मदतीची जरुरी असताना मागितल्यावर मदत करणं वेगळं, पण आपल्याही मनात यायच्या आधी पाटणकरसाहेबांचा एखादा भागीदार यायचा आणि म्हणायचा, "साहेब म्हणाले, एखाद्या वेळी लागतील तुम्हाला. हे जरा ठेवून घ्या!" मन कृतज्ञतेने भरून यायचं आणि वाटायचं, 'आहे मनोहर खरा!'

बरं, मदतही अशी की उजव्या हाताने मदत केल्याची डाव्या हातालासुद्धा कल्पना नसायची. मदत केल्याचा बडेजाव किंवा बोभाटा तर नाहीच, पण साधा उल्लेखही नाही. हा गुण त्यांच्या भागीदारांनीही (आपली हिस्सेराशी विचारत न घेता) संपूर्णपणे उचलला आहे. पाटणकरसाहेबांनीही आपल्या भागीदारांवर पूर्ण विश्वास टाकला आणि एखाद्या निष्काम कर्मयोग्याप्रमाणे निवृत्त जीवन जगत आहेत. 'आता राहिलो उपकारापुरता' या भावनेने! फार तर 'गोष्टी सांगेन युक्तीच्या चार' हा आशीर्वाद देण्याएवढीच भावना. अशा वेळी त्यांच्या भागीदारांनी त्यांना केवळ गुरुस्थानीच नव्हे तर पितृस्थानी मानलं नसेल तरच नवल!

त्यांच्या-माझ्या मैत्रीतील आणखीन एक दुवा म्हणजे आमची साहित्याबद्दलची आवड. पाटणकरसाहेबांचं वाचन खूप व चोखंदळ आणि टिप्पणीही मार्मिक. मध्येच एखाद्या दिवशी म्हणायचे, "इनामदार, 'विद्रोही कविता' वाचल्यात की नाही? फारच छान आहे." संध्याकाळपर्यंत पुस्तक घरी आलेलं असायचं. वर टिप्पणी "सदानंद चेंदवणकरांची 'ऑडिट' कविता वाचा आणि कशी वाटली ते सांगा! ऑडिटर म्हणून सांगतोय हं." वर हा शेरा! त्यामुळे त्यांच्या अशिलांत पुण्यातले लेखक, प्रकाशक वगैरे भरपूर. पु .ल. देशपांडे यांचे अशील आणि मुख्यतः स्नेहीही. त्याची एक गंमत सांगण्यासारखी आहे.

पाटणकरसाहेब त्यांच्या ज्येष्ठ मुलाच्या स्मरणार्थ (जे दुःख त्यांनी हलाहलासारखे पचवले आहे.) एक विश्वस्त निधी (Trust Fund) चालवतात. त्यातून ते मंदबुद्धी मुलांच्या शाळेला मदत करतात. एकदा मी, पु.ल. आणि पाटणकरसाहेब यांची पुलंच्या स्वतःच्या विश्वस्तनिधी संदर्भात चर्चा सुरू होती. कायद्याच्या किचकट कर्तव्यांबद्दल ऐकून पु.ल. म्हणाले, "बाबुराव, तुम्ही इतकं चांगलं काम करताय. आमचेही पैसे तुमच्याच ट्रस्टला घेऊन टाका!" पाटणकरसाहेब गंभीरपणे बोलू लागले, "अहो भाई,

आम्हाला पैशांची एवढी गरज नाही. आमचा प्रॉब्लेम वेगळाच आहे. मंदबुद्धी मुलांचे पालक कबूल करायलाच तयार नसतात की त्यांचा मुलगा मंदबुद्धी आहे आणि हट्टाने त्याला विशेष नाहीतर सर्वसाधारण शाळेत घालायला बघतात. आता आमचा एक पारशी क्लायंट आहे. खूप श्रीमंत आहे. त्याचा मुलगा मंदबुद्धी आहे पण तो...” पाटणकरसाहेब असेच भरभरून पोटतिडकीने बोलत राहिले असते, पण पुलंनी त्यांना मध्येच थांबवलं आणि म्हणाले, “मला एक सांगा बाबुराव, त्या पारशी कुटुंबात तो मुलगा मंदबुदी आहे हे कळलं कुणाला?”

हृदयविकाराच्या झटक्यामुळे मला अंथरुणाला खिळून राहायची पाळी आली. दिवसभर हॉस्पिटलमधल्या खोलीच्या आढ्याकडे पाहत विचार करत राहणं एवढंच हातात (किंवा डोक्यात) होतं. पण कधी कधी त्या आढ्याचंच ७० एम.एम.च्या पडद्यात रूपांतर व्हायचं. आयुष्यातले अनेक प्रसंग, माणसं अगदी थ्री डायमेन्शनल पद्धतीने डोळ्यांसमोर यायची. वाटायचं, या माणसांनी किती भरभरून प्रेम दिलं आपल्याला! साने गुरुजी म्हणायचे, ‘जगाच्या बागेत मैत्रीसारखे फूल नाही.’ तसं असेल तर देवाने मला एक पुष्पगुच्छ भेट दिला असं म्हणायला पाहिजे. डोळे पाण्याने भरून यायचे. पाटणकरसाहेबांबरोबरच्या गप्पांच्या अनेक मैफिली आठवायच्या. वाईट एकच वाटायचं की, हे जग सुंदर आहे, मनोहर आहे, आनंदाने जगण्यासारखे आहे अशा वृत्तीने जगलेल्या या माणसाच्या डोळ्यातली ती चेतना उगीचच मंदावली आहे. वयोमानाने दृष्टी अधू झाली तरी एक वेळ समजू शकतं, पण ज्या डोळ्यांनी जगाचं सुंदर मनोहर रूप रसरसून पाहिलं, त्या डोळ्यांतली ती चेतना तशीच राहावी. त्यांत हताश निरिच्छपणाची पुटं चष्म्यावर साचून दृष्टी अधू व्हायला नको! त्यांचा एक मित्रच त्यांना मध्येच थांबवत रोखठोकपणे म्हणाला, “पाटणकरसाहेब, काहीही झाले तरी तुम्ही जगण्याची इच्छा कायम ठेवली पाहिजे!”

रंगलेली प्रत्येक मैफल संपणारच असते. मैफल भैरवी गाऊन संपवायचा प्रघात आहे. भैरवी करुण रस घेऊन संपते वा शांत किंवा भक्तिरसातही आळवता येते. मनोहारी स्वरांशी अवखळ खेळ करीत, डौलदारपणे समेवर येऊन कबुतरासारखी अलगद पाय टेकवू शकते किंवा तराणा होऊन थयथयाट करीत, पण रुबाबात येऊ शकते. निरर्थक का असेना, पण निखळ आनंददायी असते!

माझ्या कुठल्याही मित्राची मैफल जेव्हा केव्हा संपणार असेल, ती अशाच भैरवीचे तृप्त आणि समाधानी सूर ‘आनंदाचे डोही आनंद तरंग’ उठवतच संपावी! भैरवीचे सूर ऐकायला मी असलो-किंवा नसलो तरीही!

❑❑

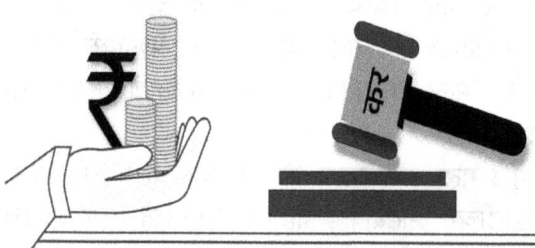

विचारवंत वक्ता : वलयांकित वकील!

मी निवडलेल्या क्षेत्रात ज्यांना 'एव्हरेस्ट' म्हणता येईल असे उत्तुंग व चतुरस्र व्यक्तिमत्त्व एकच होते- नानी पालखीवाला! सामान्य परिस्थितीतून येऊनही त्यांनी जे कर्तृत्वाचे सर्वोच्च शिखर गाठलं त्याला तोड नाही. दप्तरी फली नरिमन, ए. व्ही. विश्वनाथ शास्त्री यांच्यासारखे कायदेतज्ज्ञ वकील होतेच, पण पालखीवालांचा करिष्मा काही वेगळाच होता. ते दरवर्षी लोकसभेत अंदाजपत्रक सादर झाल्यावर दुसऱ्याच दिवशी 'क्रिकेट क्लब ऑफ इंडिया' (CCI) किंवा ब्रेबॉर्न स्टेडियमवर व्याख्यान देऊन अंदाजपत्रकाचे अप्रतिम पृथक्करण करायचे, भाषण देताना त्यांच्या हातात कागदाचा कपटा नसायचा पण अंदाजपत्रकातले सगळे आकडे, तरतुदी त्यांना तोंडपाठ असायच्या. त्यांचं हे भाषण ऐकणे ही एक पर्वणीच असायची. मला तर तो चमत्कारच वाटायचा! आमचे आदर्श होते ते सगळ्याच बाबतीत.

माझ्या करियरच्या सुरुवातीला म्हणजे ट्रायब्युनलला मी केसेस चालवायला सुरुवात केली, तेव्हा माझ्या पहिल्या पाचमधली ती केस होती. केस नाशिक जिल्ह्यातील येवल्याची होती. बोर्डावर माझी केस पहिलीच लावली होती. (हा नियम ट्रायब्युनल काटेकोरपणे पाळत असे. मुंबईच्या बाहेरगावच्या केसेस ते आधी घेत, म्हणजे तिथून आलेल्या लोकांना मोकळं करून त्यांच्या गावी परत जाता यायचं!) मी कोर्टाच्या लगतच असणाऱ्या लायब्ररी-कम-वेटिंगरूममध्ये बसून कागदपत्र चाळत उजळणी करीत बसलो होतो. अकरा वाजता कोर्ट सुरू व्हायचं. त्यामुळे अकराला पाच मिनिटं

असताना मी उठलो व कोर्टरुममध्ये जायला निघालो. तेवढ्यात दारातून साक्षात नाना पालखीवाला आत आले. ते थेट माझ्याजवळ आले. मला म्हणाले, "तुम्ही इनामदार का? मला वाटतं, तुमची केस बोर्डावर पहिली आहे. काय मुद्दे आहेत त्यांत?"

त्यांना पाहून मी तर गडबडलोच होतो पण कसेबसे म्हणालो, "हिंदू अविभक्त कुटुंबाची (HUF-hindu undivided family) वाटणी कायदेशीर आणि खरी आहे की नाही!" त्यावर ते पटकन म्हणाले, "म्हणजे वस्तुस्थिती महत्त्वाची आहे (Question of Fact) आहे, तर तुम्हाला वेळ लागणार. माझा नंबर दुसरा आहे - बर्माशेल कंपनीची केस आहे. पण मुद्दा आधीच्या निर्णयाने प्रभावित (Covered) आहे. फार वेळ लागणार नाही. मी माझी केस आधी घेतली तर चालेल का?" एवढा मोठा माणूस माझ्याशी इतक्या अदबीने बोलतोय यावर माझा विश्वास बसत नव्हता. 'हो सर, अर्थात सर,' असं काहीतरी मी स्तिमित आणि संभ्रमित अवस्थेमध्ये पुटपुटलो आणि ते 'थँक यू' म्हणून कोर्टात गेले. आम्ही दीड तास वेटिंग रूममध्ये थांबलो तरी, बर्माशेलची केस काही संपेना. एकदा-दोनदा मी कोर्टात डोकावलो पण चर्चा जोराजोराने, तावातावात सुरू होती. शेवटी आणखी अर्ध्या तासाने कोर्टाचा शिपाई आला व म्हणाला, 'आजच्या ठरलेल्या सर्व केसेस तहकूब केल्या आहेत. तुम्ही जाऊ शकता.'

आम्ही तिथे असलेले मित्र थोडा वेळ बोलत बसलो आणि मग ऑफिसमध्ये परतायच्या दृष्टीने आवराआवर व निरोपानिरोपी केली आणि मी ऑफिसला परत जाण्यासाठी उठलो. तोच नानी पालखीवाला आत येताना दिसले. ते माझ्याकडे आले आणि म्हणाले, इनामदार एक्स्ट्रिमली सॉरी, पण तुम्हाला माहीत आहे ना हा इन्कम टॅक्स खात्याचा प्रतिनिधी - डीआर (DR) कसा आहे .पण तुमच्या सहकार्याबद्दल खूप आभार! एवढ्या मोठ्या माणसाची ही शालिनता आणि सभ्यता बघून मी अवाक् झालो. 'काही माणसे जन्मतःच मोठी असतात, काही कर्तृत्वाने मोठी होतात, तर काहींवर मोठेपणा लादला जातो!' अशा अर्थाची एक इंग्रजी म्हण मला आठवली. ऑफिसमध्ये परत येताना मी हाच विचार करत होतो की, नानी पालखीवाला ही व्यक्ती ज्ञानाने, कीर्तीने, स्वभावाने अत्यंत मोठी. पहिल्या दोनपैकी ही नेमक्या कुठल्या प्रवर्गात मोडते!

त्यानंतर तीन-चार महिन्यांतच मुंबईतील प्रसिद्ध सीए 'मे. दलाल अँन्ड शहा' यातील वरिष्ठ भागीदार वाय.सी. अमीन यांच्याबरोबर नानी पालखीवालांना पुन्हा भेटण्याचा योग मला आला. त्यांच्या बॉम्बे हाउसमधील ऑफिसमध्ये गेल्यावर अमीनसाहेबांनी माझी ओळख करून द्यायच्या आधीच पालखीवाला म्हणाले, *"हॅलो मि. इनामदार, हाऊ आर यू ?"* अमीनसाहेबही आश्चर्यचकित झाले. पालखीवालांनी त्यांना बर्माशेल केसची हकीगत सांगितली व म्हणाले, "इनामदारांनी खूप सहकार्य केलं!" परतताना

अमीनसाहेब म्हणाले, “अरे तुम्ही आधी भेटला होतात हे मला माहीतच नव्हतं.” मी त्यांना काय सांगणार? नानी पालखीवालांसारख्या उत्तुंग माणसाने अशी ओळख द्यावी हा त्यांचा मोठेपणा होता.

नानी पालखीवाला

त्यानंतर चार-पाच महिन्यांतच डिसेंबरमध्ये माझं लग्न होतं. माझ्या ऑफिसपासून बॉम्बे हाउस अगदीच जवळ होतं. मी धीर करून त्यांना लग्नाची पत्रिका द्यायला गेलो. ऑफिसच्या बाहेर जो स्वागतिक बसतो, त्याच्या हातात पत्रिका देऊन परत यावं एवढाच विचार होता. मी त्याला लग्नपत्रिका दिली, तेव्हा तो म्हणाला, “साहेब आत्ता एकटेच आहेत. पुढची अपॉईंटमेंट पंधरा मिनिटांनी आहे, बघतो भेट देतात का?” दोनच मिनिटांत तो बाहेर आला व म्हणाला, ‘साहेबांनी आत बोलावलं आहे.’ मी बिचकतच आत गेलो. पालखीवाला उभेच होते. ते म्हणाले, “खूप अभिनंदन मि. इनामदार, एका नव्या आयुष्याला सुरुवात करत आहात. खूप-खूप शुभेच्छा! पण दुर्दैवाने त्या आठवड्यात मी मुंबईत नाही. हेगच्या आंतरराष्ट्रीय कोर्टात भारतातर्फे मला केस चालवायला जायचं आहे.” एका खऱ्या अर्थाने मोठ्या माणसाच्या शुभेच्छा मिळवल्याने मी हवेत तरंगतच बाहेर आलो.

लग्नाच्या आदल्या दिवशी मला घरी बॉम्बे हाउसमधून एक पाकीट आलं. उघडून पाहिलं तर त्यात एक चेक होता व फक्त Heartiest congratulations - Mr. & Mrs. N.A. Palkhivala असं टाईप केलेलं आणि चेकवर अशी सही होती. मी तो चेक बँकेत टाकलाच नाही. त्यावरची सही त्यातल्या रकमेपेक्षा कितीतरी अधिक मोलाची होती! हे सर्व माहीत असलेला माझा एक जवळचा मित्र म्हणाला, “वेडा आहेस. अरे, हा फक्त चेक नाही; त्यांचा आशीर्वाद आहे! आणि तो तू नाकारू नकोस. आता तुझी ओळख झाली आहे ना त्यांच्याशी? मग सही काय केव्हाही घेता येईल आणि घेशील तेव्हा एखाद्या चांगल्या कागदावर किंवा डायरीत घे; उगाच कुठल्या तरी कागदाच्या कपट्यावर नको.”

मी दुसऱ्याच दिवशी तो चेक माझ्या खात्यात टाकला!

❒❒

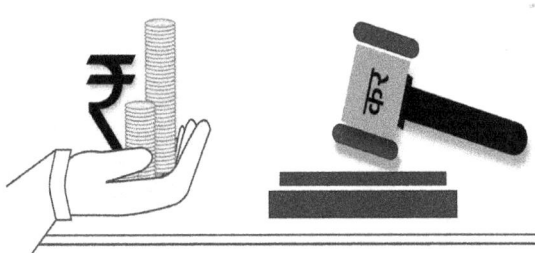

फायदा... नकोसा वाटणारा

शीर्षक वाचून जरा विचित्र वाटलं असेल ना? पण नेमक्या त्याच मुद्द्यावर मला एक केस लढवावी लागली होती. तुम्ही म्हणाल, 'असं कसं?,' तर त्याला महत्त्वाचं कारण होतं.

आयकर कायद्यामध्ये करपात्र उत्पन्न ठरवताना अनेक सवलती व सूट देतात. 'घसारा' (Depreciation) ही त्यांपैकी एक घसघशीत सूट किंवा वजावाट आहे. 'घसारा' म्हणजे धंद्यात आकारल्या जाणाऱ्या इमारत, यंत्रसामग्री, फर्निचर किंवा इतर उपकरणे यांच्या किमतीत वापरामुळे जी झीज होते. व नवीन घेताना जास्त किमतीला घ्यावी लागते किंवा वापरलेली मालमत्ता जर विकली तर साहजिकच किंमत कमी मिळते, त्याबद्दल दिलेली वजावट. यातला मोठा फायदा असा की, हा जरी खर्च धरला जात असला, तरी रोख रक्कम तिजोरीतून बाहेर जात नाही. म्हणूनच कायदा 'घसाऱ्याचा खर्च' (Expenditure) न म्हणता 'सवलत' (Allowance) हा शब्द वापरतो.

परंतु धंद्यातील नुकसान (Business Loss) किंवा घसारा शोषून (Set-off) घेण्याइतका नफा किंवा उत्पन्न नसेल, तर किती वर्षापर्यंत तशी सवलत सुरू राहते, याबद्दलचे नियम मात्र वेगवेगळे आहेत.

उदाहरणार्थ, धंद्यातील तोटा वा नुकसान पुढच्या एखाद्या वर्षी वजावट मिळण्यासाठी किंवा पुढे ढकलण्यासाठी (Carry-forward) फक्त आठ वर्षांची मुदत आहे. मात्र हेच घसाऱ्याच्या बाबतीत घडलं तर ती सवलत बेमुदत मिळते. त्यामुळे धंद्यातील

नुकसानीची आधी वजावट घेऊन नंतर राहिलेला घसारा (Unabsorb Depreciation) वजावट म्हणून मागता येत होता. मात्र घसारा मिळवण्यासाठी पूर्व अट अशी होती की, ज्यावर घसारा मागायचा त्याचा संपूर्ण तपशील द्यावा लागत असे.

हा मुद्दा महाराष्ट्रात सहकारी साखर कारखान्यांच्या बाबतीत प्रामुख्याने उपस्थित झाला. हे कारखाने ऊस जास्त किमतीने खरेदी करायचे, त्यामुळे दुहेरी फायदा व्हायचा. शेतकऱ्याच्या हातात उसाची किंमत 'शेतकी-उत्पन्न' धरली जायची. त्यावर करमाफी होती. कारखान्याला नफा काढताना तो खर्च म्हणून वजा मिळायचा! त्यामुळे बहुतेक कारखाने करपात्र उत्पन्न दाखवण्याऐवजी धंद्यातला तोटा म्हणून दाखवायचे व घसाऱ्याची सवलत पुढे ढकलायचे. त्यासाठी कारखान्यांनी एक सोपा मार्ग शोधला होता. तो म्हणजे घसारा मिळवण्यासाठी जो तपशील द्यावा लागायचा, तोच द्यायचा नाही. त्यावर घसारा करपात्र उत्पन्न मोजताना वजावट मागायचीही नाही. ट्रायब्युनलचे निकालही बहुतांशी करदात्यांच्या तळी उचलून धरणारे होते. परंतु आयकर खात्याला हे मंजूर नव्हते. त्यांच्या मते खरा नफा ठरवण्यासाठी घसारा वजा केलाच पाहिजे.

कुठल्या ॲसेटवर किती दराने घसारा द्यायचा आहे आयकर अधिनियमांच्या परिशिष्टात नमूद केलेले असते. तर अशा एका केसमध्ये मी उच्च न्यायालयात एका साखर कारखान्याच्या वतीने उभा राहिलो होतो.

मलाही केवळ तपशील दिला नाही म्हणून घसारा देता येणार नाही, हा युक्तिवाद पुरेसा वाटत नव्हता. माझी इच्छा होती की, न्यायालयाने अधिक व्यापक प्रश्नावर आपलं मत व्यक्त करावे, म्हणजे घसारा ही सूट किंवा सवलत आहे, ती न मागता लादता येते का? कुठलीही सूट किंवा सवलत जी कायदा करदात्याला देऊ करतो, ती अशी लादता येईल का? निदान अशा पद्धतीने कायद्याचे कलम (Interpitation) वाचता येईल का?

मला वाटतं की, या प्रश्नावर खोलवर विचार झाला पाहिजे. जसजसा मी कायदा बारकाईने वाचत गेलो तसतसा हा युक्तिवाद मला अधिक आकर्षक वाटू लागला. माझ्या लक्षात आलं की, कलम ३२ (१), ज्याखाली घसारा वजा करता येतो, त्याचे शब्द (32 (1) In respect of Depreciation... (i) ... (ii)... the following deductions shall be allowed.), असे होते.

कायद्यात shall शब्द बंधनकारक, तर may हा वैकल्पिक अशा अर्थाने वापरला जातो. परंतु माझं लक्ष allowed या शब्दाने वेधून घेतलं.

मी घाईघाईने ऑक्सफर्डचा शब्दकोश काढला व त्यात Allow या शब्दाचा अर्थ पाहिला. इथे मला लॉटरी लागली! शब्दकोशात 'अलाऊ' (Allow) या क्रियापदाचा

अर्थ (to accept as true, as valid, to admit, to concede, to permit) मी न्यायाधीशांना Wharton's Law Lexicon या जगप्रसिद्ध पुस्तकातून allowenceचा अर्थ म्हणजे कायद्याने परवानगी दिली असेल, तर किंवा एखादी मागणी किंवा दावा (Claim) मान्य करणे वा स्वीकारणे असा होतो. हे दाखवून दिले.

मी न्यायालयापुढे असे म्हणणे मांडले की, एखादा दावा, क्लेम, मागणी मान्य करण्याआधी किंवा स्वीकारण्याआधी तरी मागणी किंवा क्लेम केला पाहिजे, मगच तो स्वीकारता किंवा नाकारता येतो. निदान असा दावा किंवा मागणी करणाऱ्यासाठी तो बिकटच असतो (की मागणी करायची की नाही, या अर्थी).

मी असेही म्हणणे मांडले की, कलम ३२मध्ये वापरलेला Shall हा शब्द आयकर अधिकाऱ्याला बंधनकारक व उद्देशून आहे, करदात्याला नाही. कारण असा अर्थ लावला नाही तर allow या शब्दाला वजनच राहणार नाही. न्यायमूर्ती भरूचा यांनी निकाल माझ्या बाजूने दिला. आणि त्यांनी निकालपत्रात परिच्छेद ९मध्ये स्पष्टपणे म्हटलं की, जर करदात्यांनी मागणीच केली नसेल, तर आयकर अधिकाऱ्याने ती 'स्वीकारली' असं म्हणणं अयोग्य ठरेल. तरतुदी असे सुचवतात की, करदात्याला हा विकल्प (choice) आहे की, त्याने अशी वजावट मागायची की नाही. थोडक्यात ती गृहीत धरून लादता येणार नाही. (In the absence of the claim, or application by the assesse assessing authorities would not be 'allowing' deduction. The provision therefore suggests that the assesse has the choice of seeking or not seeking the allowances).

हा अर्थ व दृष्टिकोन पुढे सर्वोच्च न्यायालयाने ही मान्य केला. पण शिरस्त्याप्रमाणे सरकारने कायदाच बदलला! आणि १-४-२००२पासून 'घसारा वजा करणे' बंधनकारक केले.

पण उच्च न्यायालयात मिळवलेल्या 'त्या' विजयाची चव आजही त्या उत्पादित साखरेपेक्षा गोड लागते!

◻◻

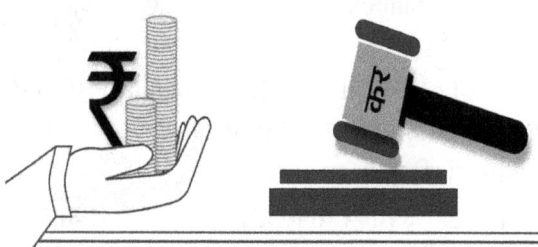

कोर्टातील चकमकी

ब्रिटिशांनी क्रिकेट या खेळाला 'सभ्य माणसांचा' खेळ (A Gentlemen Game) असं नाव दिलं. आणि ते जगप्रसिद्धही झालं. तसेच ब्रिटिशांची न्यायपद्धती, न्यायाधीश व वकील यांनी न्यायालयात आचरणात आणायच्या पद्धतींमुळे वकिली व्यवसायालासुद्धा 'सभ्य लोकांचा व्यवसाय' (A Gentlemen Profession) म्हणायला हरकत नाही. यासाठीच आम्ही न्यायाधीशांना 'युवर ऑनर' संबोधतो. नुसतं 'सर' किंवा 'युवर सर' असे नाही. दोन्ही बाजूंचे वकील एकमेकांना My Learned Friend असे संबोधतात. सभ्यता पाळण्याचा हा सोपा पण परिणामकारक उपाय आहे.

परंतु, न्यायाधीश काय किंवा वकील काय, दोघेही माणसंच आहेत. त्यांचे-त्यांचे स्वभाव, लहरीपणा व अहंकार असतोच. यामुळे काही वेळा कोर्टात चकमकी घडतात. त्या युद्ध किंवा महायुद्ध नसतात, लढायासुद्धा नसतात. पण चकमकी मात्र असतात!

***

एक खूप जुनी आणि माझी आवडती 'चकमक' अशी...!
एक वकील महाशय आणि न्यायाधीश महाराजांच्या मध्ये घडलेला हा किस्सा! कोर्टात केसवर सुनावणी होत असताना, न्यायाधीश सारखं मध्ये-मध्ये बोलून वा टोमणे मारून

वकील महाशयांना धड त्यांची बाजू मांडण्याची संधी देत नव्हते. त्यामुळे भंडावलेल्या, त्रासलेलेल्या वकील महाशयांनी चक्क न्यायाधीश महाराजांकडे पाठ फिरवली व हाताची घडी घालून ते गप्प उभे राहिले. जेव्हा त्यांनी पुन्हा वळून न्यायाधीशांकडे तोंड केले, तेव्हा न्यायाधीश महाराज प्रचंड चिडलेले व रागावलेले होते.

जवळ-जवळ ते खेकसले, "वकील महाशय, तुम्ही कोर्टाप्रती अनादर (Contempt of Court) दाखवता आहात का? वकील शांतपणे उत्तरला, ''नाही न्यायाधीश महाराज, मी तोच लपवायचा प्रयत्न करीत होतो.

१९६८-६९मध्ये मी एका सेमिनारसाठी दिल्लीला गेलो होतो. ट्रायब्युनलचे निवृत्त सभासद कारखानीस यांना फोन केला. ते म्हणाले, "संध्याकाळी आम्ही काही जण सी. के. दप्तरींकडे (सी. के. दप्तरी हे एक नामांकित वकील होते. त्यांनी भारताचे पहिले 'अॅटर्नी जनरल' म्हणून काम पाहिले होते.) गप्पा मारायला जाणार आहोत. तुम्हाला दप्तरींना भेटायला आवडेल का?" मी कमालीचा आनंदी झालो होतो.

त्यादिवशी दप्तरींनी कोर्टातील चकमकीचे खूप किस्से ऐकवले.

विशेषतः एका निवृत्त न्यायमूर्तींची दप्तरी यांच्यावर विशेष कृपा होती. हे न्यायमूर्ती मुंबई उच्च न्यायालयात होते. परंतु सर्वोच्च न्यायालयात बढती मिळवण्याची त्यांची प्रचंड महत्त्वाकांक्षा होती व तेती लपूनही ठेवत नसत. त्यासाठीच त्यांनी काही निर्णय सरकारच्या बाजूने दिले, असा उच्च न्यायालयात एक प्रवाद होता. अशा बढतीला Elevated to Supreme Court असा शब्दप्रयोग वापरतात.

***

या न्यायमूर्तींबाबत घडलेला एक किस्सा असा...

तेव्हा दप्तरी मुंबई उच्च न्यायालयात वकिली करत होते. त्यांनी एका केसमध्ये जुन्या निकालाचा संदर्भ दिला. त्यावर न्यायमूर्ती (ज्यांचं आणि दप्तरींचं कधीच जमलं नाही.) किंचित उपहासाने म्हणाले, "मिस्टर दप्तरी नुसता निकाल सांगून उपयोग नाही. ते पुस्तक तुम्ही आम्हाला दाखवायला पाहिजे. दप्तरांनी ताबडतोब एकाला पाठवून उच्च न्यायालयाच्या वाचनालयातून ते पुस्तक (Volume) मागवले. त्यावर धूळ साचली होती. धूळ झटकून हवे ते पान काढून त्यांनी कोर्ट क्लार्ककडे (त्यांना Associate म्हणतात.) दिले. त्यांनी ते न्यायमूर्तींच्या हातात दिले. कोर्टात पद्धत अशी असते की, वकील जमिनीवर उभे राहतात. पुढे एक लाकडी प्लॅटफॉर्मवर (थोडा उंच) असोसिएट बसतात व त्यावर (अधिक उंचीवर) न्यायमूर्ती बसतात.

न्यायमूर्तींनी ते पुस्तक पूर्ण उघडलं तेव्हा त्यातील एका पानावर ढेकूण होता. ते ओरडले, "दप्तरी काय हे? इथे ढेकूण आहे. जणू काही तो दप्तरींचाच दोष होता. दप्तरी शांतपणे उत्तरले, "माय लॉर्ड्स, असे दिसतंय की, ढेकणांनाही उच्चासनावर बदलीची महत्त्वाकांक्षा आहे!" (It appears, My Lords even bugs have ambition to be elevated.)

***

एक एकतर्फी चकमक घडली तेव्हा मी कोर्टात हजर होतो. एक ज्येष्ठ वकील करदात्याच्यावतीने बाजू मांडत होते. ते अतिशय जुने जाणते वकील होते. पण त्यांना खूप भरभर बोलायची/वाचायची (तीही आक्रमकपणे) सवय होती. त्यामुळे काही वेळा त्यांचे बोलणे समजणे अवघड व्हायचे.

त्यादिवशी न्यायाधीश त्यांना म्हणाले, "मिस्टर आपण जरा सावकाश जाऊ या का? म्हणजे एक-एक परिच्छेद वाचून पुढे जाऊ या." वकील महाशय ताडकन म्हणाले, "हो! हो! न्यायाधीश महाराज आपण एक-एक वाक्य वाचून पुढे जाऊ या!" कोर्टात शांतता पसरली. न्यायाधीश महाराज काहीच बोलले नाहीत. थोड्यावेळाने त्यांनी कोर्टाचे कामकाज त्या दिवसापुरते थांबल्याचे घोषित केले व ते उठून काही न बोलता आपल्या चेंबर्समध्ये गेले.

वकील महाशय स्तब्ध उभे राहिले व वळले. मी त्यांच्या मागेच बसलो होतो. मी उठता-उठता ते मला म्हणाले, "माझं चुकलं, मी असं बोलायला नको होतं. मला त्यांच्याबद्दल खूप आदर आहे." मला काय बोलावं सुचेना. 'मला वाटतं, त्यांनाही आपल्याबद्दल खूप आदर आहे...' ते काहीतरी पुटपुटतच कोर्टाच्या बाहेर गेले.

त्यानंतर एका महिन्यातच ते न्यायाधीश महाराज एका समारंभाचे अध्यक्ष होते. त्यांना घेऊन जायची जबाबदारी माझ्यावर होती. त्यांना घेऊन येताना मी गाडीत त्यांना विचारले, "त्या दिवशी आपल्याला त्या वकिलाचा खूप राग आला असेल ना?" ते हसले आणि म्हणाले, "अरे हो! तुम्हीही त्या दिवशी कोर्टात होतात ना? नाही, मला मुळीच राग आला नाही. उलट त्यांची बुद्धी, ज्ञान यांबद्दल मला आदरच आहे. त्याचा मलाही खूप फायदा झाला आहे."

माझी खूप इच्छा होती की, त्यांचे हे बोलणे त्या ज्येष्ठ वकिलांच्या कानावर घालावे. पण तो योग आला नाही. कारण थोड्याच दिवसांत त्यांचे निधन झाले.

त्या दिवशी माझ्या एका आवडत्या पुस्तकाचे नाव शब्द बदलून आपसूकपणे माझ्या ओठांवर आले... अशी माणसे! अशी मने!

***

माझ्याबाबतीत असा प्रसंग मी उच्च न्यायालयात माझी पहिलीच केस चालवताना आला!

राजारामपंत किर्लोस्कर यांच्या इस्टेट ड्युटीची केस होती. त्याकाळी भारतात 'मॅनेजिंग एजन्सी' (किंवा Entry) अशी एक वैशिष्ट्यपूर्ण पद्धत अस्तित्वात होती. म्हणजे प्रत्येक उद्योगसमूहाची 'मॅनेजमेंट' वा व्यवस्थापन त्या उद्योगसमूहांच्या मालकांच्या कुटुंबीयांकडेच असायचे. म्हणजे किर्लोस्करांच्या कंपन्यांचे व्यवस्थापन किर्लोस्कर कुटुंबातील व्यक्तीच करायच्या. किर्लोस्कर उद्योगसमूहाची 'मॅनेजमेंट' टाटांकडे जाणार नाही किंवा टाटा उद्योगसमूहाची 'मॅनेजमेंट' बिर्लाकडे जाणार नाही. ना बिर्ला गोएंकाकडे जाणार! (पुढे जॉर्ज फर्नांडिस उद्योगमंत्री झाले, तेव्हा त्यांनी ही पद्धत काढून टाकली.)

उच्च न्यायालयात फक्त कायद्याचे प्रश्नच (question of law) नेता यायचे.केवळ वस्तूस्थितीवर (question on fact) आधारलेले नाही,

प्रश्न असा होता की, ज्या 'मॅनेजिंग एजन्सी'मध्ये राजारामपंत किर्लोस्कर भागीदार होते. त्यातील त्यांचा हिस्सा ठरवताना किर्लोस्कर नावाभोवती असणारं वलय किंवा नावलौकिक (Goodwill) हा 'इस्टेट ड्युटी' लावताना ग्राह्य धरता येईल का?

त्यासाठी ट्रायब्युनलपुढे मी असे म्हणणे मांडले की, 'मॅनेजिंग एजन्सीची पद्धत व इतिहास असा आहे की, व्यापारी भाषेत (Commercial Language) ज्याला 'गुडविल' म्हणता येईल असे नसतेच.' कारण गुडविल हा 'अॅसेट' किंवा 'प्रॉपर्टी' उभारण्यासाठी उपयोगात येते. त्या गुडविलमुळे नवनवीन ग्राहक आकर्षित झाले पाहिजेत व त्यामुळे व्यवसाय वाढला पाहिजे. भारतात तरी तशी वृद्धी झालेले नाही.

ट्रायब्युनलने माझे म्हणणे मान्य केले आणि आयकर खात्याने उच्च न्यायालयात धाव घेतली होती.

मी पहिल्यांदाच उच्च न्यायालयात केस चालवत असल्यामुळे मी जरा लवकरच कोर्टात गेलो. खुर्चीवर आयकर खात्याचे वकील आर.एम. हजरनवीस बसले होते. मी त्यांच्याकडे गेलो आणि म्हणालो, "साहेब, आज मी पहिल्यांदाच उच्च न्यायालयात केस चालवणार आहे. जरा सांभाळूनच घ्या."

मी नाव सांगितल्यावर ते म्हणाले, "मी ग्वाल्हेरचा आहे आणि आमच्या ग्वाल्हेरचे एक पु. ल. इनामदार नावाचे नामांकित वकील आहेत. गांधी खून खटल्यात परचुरे यांचे ते वकील होते. मी पटकन म्हणालो, 'सर माझे ते सख्खे काका लागतात.' ते म्हणाले, "अरे वा, वा! येत जा उच्च न्यायालयात!" येथे मराठी वकील फार कमी येतात. मला हे ऐकून खूप आनंद झाला होता.

हजरनवीसांनी आपलं म्हणणं मांडलं. माझ्या मते मीही व्यवस्थित माझं म्हणणं मांडलं.

उत्तर देताना हजरनवीस म्हणाले, 'माझे लर्नेड फ्रेंड (My Learned Friend) यांचे उच्च न्यायालयातील हे पदार्पण - अपियरन्स (Appearance) आहे. आणि त्यांनी त्यांची बाजू खरंच छान मांडली होती. मी त्याचं अभिनंदन करतो व शुभेच्छा देतो.' मी आधी म्हटलं तसं कोर्टात दोन्ही बाजूचे वकील एकमेकांना My Learned Friend असं म्हणतात हा एक न्यायालयीन सभ्यतेचा भाग आहे.

हजरनवीस बोलत असताना थोड्यावेळाने त्यांना मध्येच थांबवत, अत्यंत उपहासात्मकपणे एक न्यायाधीश म्हणाले, तुमच्या Learned Friend (जोर देऊन) यांनी केसचा जरा जास्त अभ्यास करून या दस्तऐवजातील हे कलम आम्हाला दाखवले असते, तर त्याचा अन्वयार्थ त्यांच्या बाजूने आहे, हे त्यांना सांगता आलं असतं.

माझी ही पहिलीच केस आहे हे सांगूनही (माझं वय २६-२७ होतं) त्यांनी असं तिरकसपणे, उपहासाने बोलणे (खरे तर तुच्छतेने म्हणावे लागेल.) हे आश्चर्यकारक तर होतेच पण मला कमालीचे दुखावणारे होते. मी डोळ्यांत पाणी येणार नाही किंवा आले तर दिसणार नाही याचा कसोशीने प्रयत्न करीत होतो. माझ्यामागे ज्येष्ठ वकील एस.पी. मेहतासाहेब बसले होते. त्यांनी माझ्या पाठीवर सांत्वनपर थोपटल्यासारखं केलं. मी मागे वळून त्यांना म्हटलं, " सणसणीत उत्तर देऊ का?" (Shall I hit back) ते हळू आवाजात म्हणाले, 'त्यांनी असं बोलायला नको होतं. पण नाही तरी तू केस हरतो आहेस तर दे उत्तर! पण सौम्य आवाजाचा वापर करून...'

मी प्रत्युत्तर देताना म्हणालो, "मी एका कलमाचा उल्लेख केला नाही हे दाखवून दिल्याबद्दल मी न्यायाधीशांचा ऋणी आहे. परंतु कोर्ट माझ्यावर विश्वास ठेवेल ही मला खात्री आहे की, हा अनुउल्लेख मी केसचा अभ्यास केला नव्हता म्हणून झाला नाही, तो मी जाणूनबुजून केला आहे. कारण पहिल्यापासून माझं म्हणणं असंच आहे की ट्रायब्युनलच नोंदवलेलं मत हे फक्त फॅक्ट्सवर आधारित आहे आणि कुठल्याही कायद्याची किंवा दस्तऐवजाचा अन्वयार्थ लावून दिलेले नाही..."

कोर्टरूममध्ये भयाण शांतता पसरली. पण मुख्य न्यायाधीश एस. पी. कोतवाल जे

दुसरे न्यायाधीश होते ते या न्यायाधीशांबरोबर सुमारे चार-पाच मिनिटे बोलले आणि त्यांनी असोसिएटना स्टेनोला बोलवण्याची खूण केली. मागून एस. पी. मेहतांनी माझा हात धरला आणि म्हणाले, "अरे तू केस जिंकली आहेस. (Boy, you have won the case) न्यायालयातला स्टेनोला बोलवायचं संकेत मला माहीतच नव्हता.

***

असाच एक प्रसंग ट्रायब्युनल पुढेही घडला होता. पण तो मी केलेल्या घोडचुकीमुळे...

मी एका बांधकाम व्यावसायिकाची (Builder and Contractor) केस चालवत होतो. आयकर कायद्यात एक कलम असे आहे की, या अन्वये जर हिशोबाची पुस्तके आयकर अधिकाऱ्याला समाधानकारक वाटली नाहीत. त्यात काही दोष असतील किंवा धंद्यातील नफा योग्य तऱ्हेने ठरवता येत नसेल तर आयकर अधिकारी असा नफा अंदाजानुसार ठरू शकतो.

माझं म्हणणं असं होतं की, समजा पुस्तकात काही दोष असले तरी कायद्याने दाखवलेला नफा पुरेसा व समाधानकारक असेल तर तो स्वीकारावा. प्रत्येकवेळी तो वाढवून estimate करण्याची गरज नाही.

ट्रायब्युनलचे दोन सभासद होते. पी. श्रीरामलू हे तर संपूर्ण इन्कमटॅक्स अपेलेट ट्रायब्युनलचे अध्यक्ष होते. दुसरे सभासद आयकर खात्यातूनच आले होते. मी एक तरुण, धडपडा वकील होतो.

मी बोलत असताना ते दुसरे सभासद थोड्याशा तुच्छतेनेच म्हणाले, "पण हे तर सगळ्यांनाच माहिती आहे की, हे बांधकाम व्यावसायिक सर्रास काळा पैसा (त्यांनी on-money असा शब्द वापरला!) वापरतात.

मी मागचा-पुढचा विचार न करता म्हणालो, "हे पण सर्वांनाच माहिती आहे की, सरकारी कचऱ्यांमध्ये व सरकारी अधिकाऱ्यांमध्ये लाचलुचपत (Corruption) सर्रास चालते. पण त्या गृहीतावर कुठल्याही सरकारी अधिकाऱ्याचे कर-निर्धारण (असेसमेंट) झाले असेल, असं मला वाटत नाही!

मी हे बोललो पण त्यानंतर कमालीचा पस्तावलो. कोर्टात भयाण शांतता पसरली होती. ते सभासद कमालीचे संतप्त झालेले दिसत होते. ते श्रीरमलूंच्या कानात काहीतरी बोलले. दोघे साधारणपणे पाच-सहा मिनिटे बोलत होते. मी घाबरून गेलो होतो. आता मला रडू येईल की काय असे वाटत होते. माझ्या या आततायी बोलण्यामुळे माझं करिअर बरबाद होईल की काय अशी भीती वाटू लागली होती. त्यातून ते सभासद

रागीट होते, अशी वाच्यता होती.

थोड्या वेळाने श्रीरमलू माझ्याकडे बघून म्हणाले, तुम्ही जी काही मतं मांडली त्याच्या पुष्ट्यर्थ न्यायालयांची काही निर्णय असतील तर ते मला दाखवा!

मी ते दाखवले आणि त्या सभासदांकडे न बघताच "आय ॲम सॉरी, सर" असे म्हणून कोर्टाच्या बाहेर पडलो!

मी फार मोठा धडा शिकलो होतो. त्यानंतर मी अशी चूक पुन्हा कधीही केली नाही. काही मित्र मला म्हणायचे, "तू हल्ली जरा जास्तच नम्रतेने बोलतोस!"

विद्या विनयेन शोभते हेच खरं!

***

१९७२मध्ये आयकर कायद्यात एक तरतूद करण्यात आली. त्यामागे तुम्ही जर जमिनीचा एखादा व्यवहार केलात व नोंदवलेल्या दस्तऐवजांमध्ये दाखवलेली रक्कम आयकर खात्याला बाजारभावापेक्षा २० टक्यांपेक्षा कमी वाटली, तर आयकर खात्याला नोंदवलेल्या रकमेला ती प्रॉपर्टी घेण्याचा अधिकार दिला गेला. कारण असे सांगितले गेले की, या व्यवहारात काळ्या पैशांचा वापर मोठ्या प्रमाणात होतो त्याला आळा बसेल. पण तसे काही झाले नाही. १९८६च्या मध्यातच हा कायदा रद्द करण्यात आला.

पण मला एक केस या कायद्याखाली चालवायला मिळाली. मुंबईच्या एका मोठ्या बांधकाम व्यावसायिकांनी खंडाळा येथे मोठी जमीन खरेदी केली होती. आयकर खात्याला खरेदीची रक्कम बाजारभावापेक्षा कमी वाटली. त्यामुळे त्यांनी ती जमीन त्या किमतीला स्वतःकडे (acquire) घेतली त्याविरुद्धचे जे अपील होते. आयकर खात्याने त्या केससाठी एक खास मोठे वकील नेमले होते. मी केसचा अभ्यास केला तेव्हा माझ्या असं लक्षात आलं की, आयकर खात्याने केलेल्या ऑर्डरमध्ये काही मूलभूत चुका (Basic and Fundamental Mistake) आहेत. त्यावरच हल्ला चढवून मी माझी बाजू मांडत होतो.

त्या ज्येष्ठ वकिलांनी ट्रायब्युनलला सांगितले की, चुका झाल्या हे मान्य आहे. पण चुका का झाल्या? हेही महत्त्वाचे आहे. चुका सगळेच करतात. (To err is human) तर ही केस परत पाठवावी म्हणजे आयकर आयुक्तांना त्यांचे म्हणणे व्यवस्थित मांडण्याची संधी मिळेल.

नंतर चुका का झाल्या असतील, यावर जवळ-जवळ दहा-बारा मिनिटांचे सबबी सांगणारे स्पष्टीकरण त्यांनी दिले. ते म्हणाले, 'ट्रायबीनच्या ज्येष्ठ सभासदांनी मला

विचारले होते तुम्हाला काही म्हणायचं आहे?" मी फक्त माझ्या उजव्या बाजूला असलेल्या कोर्टरूमच्या भिंतीकडे पाहात उभा राहिलो.

सगळ्यांच्या नजरा भिंतीकडे गेल्या. सगळ्यांच्याच लक्षात आले आणि कोर्टात खसखस पिकली. ट्रायब्युनलच्या कोटरूममध्ये भिंतीवर थोरा-मोठ्यांची प्रसिद्ध वाक्यं चिटकवली असायची. ट्रायब्युनलच्या सभासदांनीही पाहिलं आणि किंचित हसले.

भिंतीवर पंडित जवाहरलाल नेहरूंचं वाक्य चिटकवलेलं होतं, 'मला सबबी ऐकण्यामध्ये स्वारस्य नाही, मला निर्णय (काम झालं पाहिजे!) पाहिजे' (I am not interested in excuses I want results).

आणि अशारितीने ही 'चकमक' मी एकही वार न करता जिंकली होती...!

❏❏

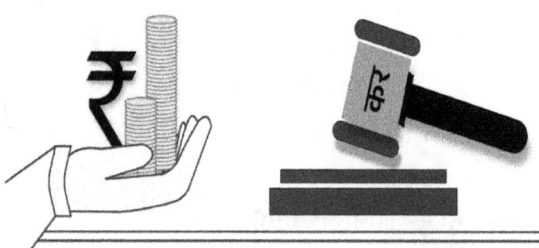

'आम्हा घरी धन – सद्भावनांचीच रत्ने !'

आयुष्यभर मी आयकर कायद्याशी संबंधित वकिलीचा व्यवसाय केला. त्यामुळे काही जणांचा असा गैरसमज होऊ शकतो की, माझ्या संपर्कात बहुतेक अप्रामाणिक, लोभी आणि करबुडवेच आले असतील. परंतु परिस्थिती अगदी उलट आहे. मला आयुष्यात प्रामाणिक, उदार आणि आयकर कायद्यातून पळवाटा काढायला सांगणारी नाही, तर कायदा पाळणारीच माणसं जास्त भेटली. समव्यावसायिक, अशील (या शब्दाचे बहुवचन मला ठाऊक नाही.) जिवाभावाचे मित्र आणि ट्रॉयब्युनलचे सभासदच नाहीत, तर उच्च न्यायालयाचे न्यायाधीश, उद्योगपतीसुद्धा अत्यंत सज्जन, कौतुक करणारे, प्रशंसा करणारे, विश्वास ठेवणारे भेटले!

त्यांच्या सद्भावना कायम माझ्या पाठीशी होत्या आणि मला बळ देत राहिल्या! या लोकांनीच मला सुखी, समृद्ध आणि श्रीमंत केलं. म्हणूनच तुकाराम महाराजांच्या एका उक्तीत थोडा बदल करून मी म्हणतो की, "आम्हा घरी धन – सद्भावनांचीच रत्ने!" मनोगतात मी जे म्हंटले आहे... 'कराग्रे वसते लक्ष्मी' ते याच अर्थाने!

किर्लोस्कर उद्योगसमूहाशी माझा ४५ वर्षांहून अधिक काळ संबंध आला आणि मला खूप शिकायला मिळालं हे मी माझं मोठं भाग्य समजतो. त्यांच्यामुळेच माझे दोन्ही गुरुवर्य श्री पोकळेसाहेब आणि बापूसाहेब पंडित यांचं भरभक्कम पाठबळ मिळालं.

याच उद्योगसमूहाचे जनक लक्ष्मणराव किर्लोस्कर यांनी दूरदृष्टीने सामान्य शेतकऱ्यांच्या हिताची आणि उपयोगाची अवजारे व यंत्र देशात बनवायला सुरुवात

केली. सुरुवातीला हा व्यवसाय 'किर्लोस्कर बंधू' या नावाने ओळखला जात होता. पुढे शंतनूराव किर्लोस्कर यांनी त्यांचे बंधू राजाराम पंत, रवि व प्रभाकर किर्लोस्कर यांच्या मदतीने व मेहनतीने त्याचे एका मोठ्या उद्योग समूहात रूपांतर केले. शंभरपेक्षा जास्त वर्षांपूर्वी पहिल्या कंपनीची – 'किर्लोस्कर ब्रदर्स लिमिटेड'ची स्थापना केली.

किर्लोस्कर ब्रदर्स ही किर्लोस्कर उद्योगसमूहाची उत्प्रेरक (promote) कंपनी ठरली. शंतनुरावांच्या अफाट कर्तृत्वामुळे व दूरदृष्टीमुळे हा मूळ वृक्ष खूपच फोफावला व त्याच्या शाखासुद्धा स्वतंत्र कंपन्या म्हणून नावारूपास आल्या.

'किर्लोस्कर ब्रदर्स'ने 'किर्लोस्कर न्यूमॅटिक ही कंपनी १९५० च्या दशकात शेवटी स्थापन केली. त्यांच्याकडे असलेला कॉम्प्रेसर्स (compressor) तयार करण्याचा परवाना (Manufacturing keens) व कंपनीच्या नावात 'किर्लोस्कर' हे नाव (जे त्यावेळी किर्लोस्कर ब्रदर्सच्या मालकीचे होते.) वापरायची परवानगी दिली. त्याच्या मोबदल्यात किर्लोस्कर न्यूमॅटिकने दहा वर्षांसाठी विक्रीच्या काही टक्के स्वामित्वधन द्यायचे असे ठरले. तसा रितसर करारही झाला.

किर्लोस्कर न्यूमॅटिकने हे 'स्वामित्वधन व्यावसायिक खर्च' (Proprietary Business expenditure) म्हणून धरला व नफा मोजताना त्याची वजावट मागितली. आयकर अधिकारी व अपीलीय आयुक्तांनी ही मागणी पूर्णपणे फेटाळून लावली. कारण त्यांच्या मते लायसन्स (Licenses) आणि नाव (Goodwill) हे दोन्ही भांडवली फायदे असल्यामुळे व ते मिळविण्यासाठी स्वामित्वधन दिले असल्याने तो भांडवली खर्च (Capital expenditure) धरला पाहिजे व त्याची वजावट नफ्यातून मिळत नाही.

हे सर्व घडले तेव्हा मी कॉलेजमध्ये शिकत होतो. पुढे मी पंडितसाहेबांच्या ऑफिसमध्ये बसून कायद्याचा - खासकरून आयकर कायद्याचा अभ्यास करू लागलो. त्यावेळी किर्लोस्कर ग्रुपचे हिशेब व कर विभाग (Accounts and Taxation) बघणाऱ्या लोकांची मैत्री व आशीर्वाद मला मिळाले. त्यात श्री. वर्तक, श्री. गायतोंडे, श्री. खासनीस, श्री. पडळकर, श्री. वैद्य, श्री. वर्दे, श्री. जोग व श्री. दिवटे यांचा विशेष सहभाग होता. त्यांनी माझ्या पाठीवर वेळोवेळी हात तर ठेवलाच, पण अनेक संधी पण दिल्या.

त्यावेळी ट्रॉयब्युनल सभासद म्हणून नुकतेच निवृत्त झालेले भाऊसाहेब पोफळे पण पंडितांच्या ऑफिसमध्ये बसू लागले आणि किर्लोस्कर उद्योगसमूहाच्या आयकरविषयक बाबींसंबंधी पंडितसाहेबांना मदत करू लागले होते. महत्त्वाच्या ट्रॉयब्युनल पोफळेसाहेबच चालवीत असत. किर्लोस्कर न्यूमॅटिकची केस ट्रॉयब्युनलला पोफळेसाहेबच चालवणार होते. शिकायला मिळेल म्हणून मीही त्यांच्यासोबत जात असे.

ट्रॉयब्युनलसमोर केस चालवत असताना भाऊसाहेब पोफळे उभे राहिले व आपला मुद्दा मांडायला त्यांनी सुरुवात केली. मुद्दा अवघड होता. नवीन होता. पण एक आश्चर्याची गोष्ट आमच्या सगळ्यांच्याच लक्षात आली ती म्हणजे, एक ज्येष्ठ सभासद भाऊसाहेबांना बोलत असतानाच सारखे अडवत होते व अत्यंत उर्मटपणे बोलत होते. पोफळेसाहेब डोकं शांत ठेवूनच उत्तरं देत होते. ते स्वतः स्वभावाने तापट होते. पण ते कमालीचे अस्वस्थ झाले आहेत, हे सगळ्यांच्याच लक्षात आले. मला वाटतं की, 'कदाचित पोफळेसाहेब आयकर खात्यात असताना हा इसम त्यांच्या हाताखाली असेल आणि भाऊसाहेबांच्या तापट स्वभावाचा त्याला चटका बसला असावा. कारण त्याचं बोलणं नुसतं उर्मटपणाचं नव्हतं तर त्याला द्वेषाची कडवट धार होती. पोफळेसाहेबांना पण धक्का बसला आहे, हे कळत होतं. शेवटी केस संपवून आम्ही जेव्हा कोर्टरूमच्या बाहेर येत होतो; तेव्हा त्यावेळचे एक वरिष्ठ वकील माझ्या कानात कुजबुजले, 'मत्सर आणि द्वेष दुसरं काही नाही!'

केसचा निकाल अर्थातच आमच्या विरूद्ध गेला. मला आठवतंय त्या दिवशी आम्ही जेव्हा ऑफिसमध्ये परत आलो, तेव्हा भाऊसाहेब गप्प-गप्प होते. ते केबिनमध्ये गेले तेव्हा मी पाहिलं की, त्यांच्या डोळ्यात पाणी होतं. मी सर्वच दृष्टीने खूपच लहान होतो. (वय, अनुभव) मला काय बोलावं, काय करावं काहीच सुचत नव्हतं.

भाऊसाहेब पाऊण-एक तास केबिनमध्ये एकटे बसून होते. मग ते बाहेर आले व म्हणाले, 'वर्देंना फोन करून काय झाले ते कळवून टाका. मी घरी जातो आहे!'

त्यानंतर भाऊसाहेब पुन्हा कधीही ट्रॉयब्युनल पुढे गेले नाहीत. पुढे काही वर्षांनी त्यांचं निधन झालं! त्यादिवशी मी जेव्हा वर्देसाहेबांना फोन केला तेव्हा ते म्हणाले, 'ठीक आहे. काही मनावर घेऊ नका आणि भाऊसाहेबांना पण सांगा. मी त्यांना चांगला ओळखतो. आणि कोर्टात काय असतं, तुम्ही काही वेळा जिंकता, काही वेळा हरता!' (you win some, you loose some!)

त्यानंतर सुमारे ९-१० वर्षांनी मी एकदा कामासाठी युरोपला गेलो व ६-७ दिवसांत परत आलो. तोपर्यंत आर. व्ही. दिवटे सोलापूरहून येऊन उपाध्यक्ष (आर्थिक) या पदावर रुजू झाले होते. श्री बासरकर त्यांचे सहाय्यक म्हणून काम बघत होते. मी परत आल्याबरोबरच त्यांचा मला फोन आला की, 'आमची केस पुढच्या आठवड्यात उच्च न्यायालयासमोर चालवायची आहे. आणि ती तुम्हाला चालवायची आहे.' मला आश्चर्याचा धक्काच बसला. मी म्हटलं, "अहो, बासरकर एवढी मोठी आणि संवेदनशील केस मला चालवता येईल का? मला एवढी जबाबदारी पेलेल का?" मी

बोलत असतानाच दिवटे यांच्या आवाज आला. (ते बहुधा बासरकरांच्या शेजारीच बसलेले असावेत.) "इनामदार, वर्देसाहेब मला सांगून गेले आहेत की ही केस जेव्हा हायकोर्टात येईल तेव्हा तुम्ही चालवावी असं पोफळेसाहेबांनी त्यांना सांगून ठेवलं होतं आणि निकालाची काळजी करू नका!" मला भरून आलं आणि पोफळेसाहेबांचा उतराई व्हावं, या एकमेव ध्यासाने मी केसचा अभ्यास सुरू केला.

त्या दिवशी मी जेव्हा कोर्टात गेलो तेव्हा मला असं दिसलं की, न्यायपीठावर जस्टीस एस. के. देसाई व जस्टीस एस. पी. भरुचा होते. दोघेही अत्यंत हुशार व न्यायी. पण जस्टीस देसाई जरा शीघ्रकोपी व बऱ्याचदा चेहऱ्यावर आठी ठेवूनच बोलायचे. त्यामुळे एरव्ही ही त्यांची भीती वाटायची. मी जेव्हा माझी केस चालवायला उठलो तेव्हा सुरुवातीलाच त्यांनी त्रासिक चेहऱ्याने मला विचारले, "आम्ही कागद वाचले आहेत. पण इनामदार, तुम्हाला म्हणायचं आहे तरी काय?" (म्हणजेच म्हणण्यासारखं तुमच्याकडे काहीच नाही.)

मी डोकं शांत ठवले आणि म्हणालो, " माय लॉर्डस, माझं मुख्य म्हणणं आहे की या केसमध्ये 'कॅपिटल ॲसेट' प्राप्त केलेला नाही किंवा चिरकालीन फायदा (enduring benefit) मिळवलेला नाही आणि माझं पर्यायी म्हणणं असं आहे की, वादासाठी जरी असं धरलं तरी मी दिलेलं मूल्य (consideration) हे विक्रीच्या संदर्भात वा विक्रीवर आधारित काही टक्के अशा पद्धतीने दिले आहेत.

त्यामुळे मला जे काही प्राप्त झालं आहे, ते ठरीव किंमत (Price) देऊन प्राप्त केलं नाही त्यामुळे त्यासाठी दिलेलं मूल्य (royalty) हे भांडवली खर्च म्हणून नाही तर Revenue expenditure म्हणूनच धरलं गेलं पाहिजे!"

जस्टिस देसाई एकदम ओरडलेच - "म्हणजे तुम्ही आम्हाला जो कायदा आम्ही गेली तीस वर्षे शिकलो तो विसरायला लावणार?"

मी थंडपणे म्हणालो, "नाही, माय लॉर्डस. माझा असा प्रयत्न आहे की तुमचं मन वळवायचं व हे पटवून द्यायचं की गेली तीस वर्षं हाच कायदा अस्तित्वात आहे!"

जस्टिस भरूचा यांच्या चेहऱ्यावर एक मंद स्मित होतं. ते मला म्हणाले, "इनामदार, तुम्ही तुमचं पर्यायी म्हणणं (alternative argument) आधी मांडा!"

मी शांतपणे माझा मुद्दा विशद करून मांडू लागलो. मला खरं दोघांनाही श्रेय दिलं पाहिजे की पूर्ण दोन दिवस त्यांनी माझं म्हणणं रस घेऊन ऐकलं. मधून-मधून प्रश्न विचारले, पण ते मुद्दा स्पष्ट करण्याच्या हेतूने!

मी सर्वोच्च न्यायालयाच्या त्रावणकोर शुगर आणि केमिकल्स विरुद्ध आयकर

आयुक्त या निकालावर जास्त भर दिला दिला व असं प्रतिपादन केलं की "आपण जर स्वतःला प्रश्न केला की जे काही मला मिळाले, त्याची खरेदीची किंमत किती? (What is the parches price?) तर ठरावीक रक्कम तर ठरावीक रकमेत त्याचं उत्तर देता येणार नाही. आणि अशी रक्कम सलग दहा वर्षे द्यायची आहे. मग मी त्यांना एक उदाहरण दिलं की समाज एखाद्याने टॅक्सी म्हणून चालवायला एक गाडी विकत घेतली आणि करार असा केला की, ५ वर्षे जेवढे किलोमीटर ती टॅक्सी (उतारू असला किंवा नसला तरी!) त्या प्रत्येक किलोमीटरसाठी १ रुपया द्यायचा असे ठरले, तर गाडीची खरेदीची किंमत कशी ठरवणार? त्यासाठी असा खर्च हा किंमत न धरता (Revenue expenditure) धरला पाहिजे.

जस्टिस देसाईंनीच निकालपत्र सांगितले वा लिहिलं व परिच्छेद क्र. ७.८मध्ये लिहिलं की, ''सर्वोच्च न्यायालयाचे निकाल लक्षात घेता, इनामदारांचे पर्याय म्हणणं मान्य केलंच पाहिजे असं आमचं स्पष्ट मत झालेलं आहे.

मला पोफळेसाहेबांचं उतराई झाल्यासारखं वाटलं ही केस १५१ इन्कम टॅक्स रिपोर्टमध्ये पृष्ठ क्र. ४८४ वर सापडेल, इच्छुकांनी ती मुळात वाचावी.

एवढेच नाही तर निकाल पत्र संपवता-संपवता जस्टिस देसाई इन्कम टॅक्स खात्याच्या वकिलाला उद्देशून म्हणाले, "पाहिलंत? इनामदारांनी मुद्दा किती व्यवस्थित मांडला ते? आणि त्यांनी दिलेलं उदाहरणही अत्यंत चपखल व समर्पक होतं. त्यामुळे मी माझं मत बदललं!

मी जेव्हा ऑफिसमध्ये परत आलो त्यावेळी मला असं प्रकर्षाने वाटले की आत्ता इथे भाऊसाहेब असायला हवे होते. मला त्यांच्या डोळ्यांत पुन्हा अश्रू बघायचे होते - कारण माझी खात्री होती की, यावेळी ते आनंदाश्रू असते समाधान वा कृतकृत्याचे अश्रू असते - आणि कुणी सांगावं कदाचित् अभिमानाचे पण आनंदाश्रू असते!

□□

लेखक परिचय

अॅड. श्रीकृष्ण इनामदार यांचे महाविद्यालयीन शिक्षण बृहन् महाराष्ट्र कॉलेज (बीएमसीसी)मध्ये झाले. पुणे विद्यापीठाच्या बीकॉम परीक्षेत ते प्रथम क्रमांकाने उत्तीर्ण (१९६५) झाले आणि त्यांना राष्ट्रीय शिष्यवृत्तीही मिळाली. स्पर्धा परीक्षांच्या तयारीचा विचार सुरू असताना मुंबईचे त्यावेळचे ज्येष्ठ आयकर सल्लागार व वकील तसेच किर्लोस्कर उद्योगसमूहाचे आयकर सल्लागार वाय. पी. पंडित यांच्याकडून त्यांना 'ज्युनिअरशिप'साठी विचारणा झाली. त्यांनीच इनामदार यांना कायद्याची पदवी संपादन करण्याचा सल्ला दिला. मुंबई विद्यापीठाच्या कायद्याच्या परीक्षेतही ते पहिले आले व त्यांनी सुवर्णपदक पटकावले.

पुण्यात आल्यानंतर त्यांनी 'किर्लोस्कर,' 'फिरोदिया,' 'छाब्रिया,' 'राठी' या उद्योगसमूहाचे तसेच 'उगार शुगर,' 'कुलकर्णी पॉवर टूल्स,' 'कनोरिया केमिकल्स' या उद्योगसमूहांचे आयकर सल्लागार म्हणून काम पाहिले. त्यांपैकी 'किर्लोस्कर ब्रदर्स,' 'फोर्स मोटर्स,' 'सुदर्शन केमिकल्स,' 'फिनोलेक्स इंडस्ट्रीज,' 'उगार शुगर,' 'कुलकर्णी पॉवर टूल्स' या कंपन्यांचे संचालक म्हणूनही जबाबदारी सांभाळली. व्यवसाय म्हणून आयकर कोर्टात (ट्रायब्युनल, उच्च न्यायालय) केसेस चालवणे व सल्ला देणे, हे काम त्यांनी केले आहे. 'सकाळ' समूहाशी संचालक व हितचिंतक म्हणून २० वर्षांपेक्षा अधिक काळ ते संबंधित आहेत. 'चेंबर ऑफ टॅक्स कन्सल्टंट्स' या संस्थेचे ते एक वर्ष अध्यक्ष होते. त्यांनी अनेक मासिकांमधून आयकराशी संबंधित विषयावर लिखाण केले आहे.